நேயத்தே நின்ற

கவிதைகள்

யாத்திரி

வாசகசாலை பதிப்பக வெளியீடு - 150

நேயத்தே நின்ற * கவிதைகள்* விலை: ரூ.250* ஆசிரியர்: யாத்திரி * உரிமை: ஆசிரியருக்கு * முதல் பதிப்பு: டிசம்பர் 2024 * வெளியீடு: வாசகசாலை பதிப்பகம், சென்னை- 600092* தொடர்பு எண்கள்: 9942633833 / 9790443979 * மின்னஞ்சல்: vasagasalai@gmail.com * இணையதளம்: www.vasagasalai.com * நூல் வடிவமைப்பு: திலீப் ப்ரசாந்த் *அட்டை வடிவமைப்பு: யாத்திரி
ISBN: 978-81-983618-8-2

முன்னுரை

நடந்த, நடக்கின்ற கதைகள்...

இங்கு பெரும்பான்மையினர் ஒரேயோர் துணையோடு மட்டுமே வாழ்வதில்லை. அதாவது ஒரு காதலுக்குப் பின் இன்னொரு காதல், இன்னொரு கல்யாணம் என்ற வகையில் சொல்ல வரவில்லை. ஓர் உறவிற்குள் இருந்துகொண்டிருக்கும் எல்லோர் வாழ்விலும் இன்னொரு நபர் இருக்கிறார். அது காதலாக, காமமாக, வெறும் பேச்சாக, 'எங்கும் போகவில்லை, நீ இருக்கிறாய்' என்ற நிம்மதியாக, எதுவாக வேண்டுமானாலும் இருக்கலாம். ஆனால் இருக்கிறார்கள். இன்றில்லை எனில் நாளை வரலாம். அவ்வளவுதானே தவிர இல்லாமல் போகமாட்டார்கள். இதில் மற்ற எதையும் பொருட்படுத்தாமல் காமம் மட்டும்தான் பிரதான பிரச்சனையாக இருக்கின்றது. இது ஏதோ இந்தியப் பிரச்சனை மட்டுமல்ல. உலகலாவிய பிரச்சனை. எல்லா நாடுகளிலும் ஊர்களிலும், 'நான் உன்னைக் காதலிக்கிறேன், நாம் இணைந்து வாழ்கிறோம்' என்றால், 'இதற்கு முன் நீ எப்படி வேண்டுமானாலும் இருந்திருக்கலாம், இதற்குப் பின் எனக்கு மட்டுமே உரிய ஒன்றாக இரு, என்னோடு மட்டுமே காமம் கொண்டாடு' என்பது ஒரு தீராத ஆசையாக கோரிக்கையாக இருக்கிறது. "அப்படி நீ செய்வதன் வழியாகத்தான் நாம் ஒரு தம்பதியாக மாற முடியும். ஒரு குடும்பத்தை உண்டாக்க முடியும்." காதலின் தீவிரத்தில் இதற்கு ஒப்புக்கொண்டு பிறகு இதனைப் பின்பற்ற முடியாமல் விவாகரத்தானவர்கள் ஏராளம்.

எதனைத் தடுத்து நிறுத்த முடியவில்லையோ அதனை ஏற்றுக்கொள்வோம், விதிகளைத் தளர்த்திக்கொள்வோம் என, 'வெளிப்படையான உறவு' என்றொன்றை உண்டாக்கினார்கள். "நீ யாரோடும் இருக்கலாம், நானும் யாரோடும் இருக்கலாம். ஆனால் குடும்பம் என்ற அமைப்பிற்குள் நாம் இருவர் மட்டும்தான்.

வேறு யாருக்கும் அனுமதி இல்லை." சோகம் என்னவெனில் இவர்களும் விவாகரத்து செய்துகொண்டார்கள், காமத்திற்கோ காதலுக்கோ நான் எதற்கும் உன்னைச் சார்ந்திருக்க வேண்டிய அவசியமில்லை எனும்போது குடும்பத்தை மட்டும் உண்டாக்கி என்ன சாதிக்கப்போகிறோம் என்ற மனப்பாங்கு. குழந்தைகள் இருந்தால் தனியாக அவர்களை வளர்த்துக்கொள்ள முடியும் என்ற வெளி இருப்பதால் விவாகரத்துகள் எளிதாக நடந்தேறின. கூடவே ஒரு குடும்ப அமைப்பிற்கு ஏங்கிக் கொண்டிருப்பவர்களாகவும் இருந்தனர். இருக்கின்றனர்.

நம் சமூகம் பலதார மணங்களுக்குப் பழக்கப்பட்ட ஒன்றாகவே இருந்து வந்துள்ளது. பலதார மணம் என்பது எப்போதும் ஆண்களுக்கே உரியது. பெண்ணுக்கு அந்த உரிமை இல்லை. 1960களில் இருந்து 90 வரையில் உள்ள திரைப்படங்களை எடுத்துப் பாருங்கள், ஆண் என்பவன் அப்படித்தான் இருப்பான், பல பெண்களைப் புணர்வான், கணவனை முந்தானையில் முடிந்து வைத்துக்கொள்வது பெண்ணின் பொறுப்பு - தலையாய கடமை, ஆண் பல பெண்களோடு தொடர்பில் இருப்பது சாதாரணம் என்றே சொல்லப்பட்டிருக்கும். சமூகப் பிரதிபலிப்பு. இதனைக் கேட்டு வளர்ந்த பெண்கள் தங்கள் கணவன் வேறொரு பெண்ணோடு தொடர்பில் இருக்கிறான் என்றால் முதலில் தங்களின் போதாமையையும் திறமைக் குறைவையும் எண்ணி நொந்துகொள்வார்களே தவிர கணவனைக் குற்றம் சாட்டுவது அரிது. இன்னொரு பெண்ணிடம் சென்று வந்தாலும் அவனை மன்னிக்க வேண்டும் என்றே சொல்லிக் கொடுக்கப்பட்டது. 'உங்க அப்பன் ஆடாத ஆட்டமா? உங்க தாத்தா ஆடாத ஆட்டமா?' என்று முந்தைய தலைமுறை ஆண்களின் பெண்போக்குகளை பெருமையாக பிரஸ்தாபிப்பார்கள். அப்படிப்பட்ட ஒருவனையே கட்டி வாழ்ந்திருக்கிறேன் என்று அதிலொரு சுயபெருமையை வைத்தார்கள். இறுதியாக ஒரு காரணம், "பொம்பள வாழ்க்க சீரழிஞ்சு போயிரும், உனக்கு அவனை விட்டா வேற வழி என்ன?" போன்ற அச்சுறுத்தல்கள், பொருளாதாரச் சிக்கல்கள். இதே காலகட்டத்தில்தான் பெண்கள் சோரம் போகும் சிறுகதைகள் நாவல்கள் எழுதப்பட்டன. லா.ச.ரா.வின், 'பாப்பு' சிறுகதை எல்லாம் இன்றைக்கு எழுதினாலே சட்டென துணுக்குறச் செய்யும் ஒன்றுதான். இதே கதையின் கிராமத்து வடிவமாக மகேந்திரனின், 'பூட்டாத பூட்டுக்கள்' திரைப்படம் இருக்கும். இரண்டும் கிட்டத்தட்ட ஒரே கதைக்களம்.

இப்படியான ஒரு பண்பாட்டிற்குள் இருந்து பெண்ணானவள் தன்னுடைய வெளியைத் தேடி அடைந்துகொள்ளத் தொடங்கியதும், பொருளாதாரத்திற்கு ஆண்களைச் சார்ந்திருக்க வேண்டிய அவசியம் இன்றிப் போய்விட்டது. ஏன், எதற்குமே அவள் ஆண்களைச் சார்ந்திருக்க வேண்டிய அவசியமற்ற ஒரு நிலை. ஆண் இன்னொரு பெண்ணிடம் போனால், 'அப்பிடியே போய்விடு' என்ற முடிவை எடுக்கத் தொடங்கினார்கள். 'ஒருவனுக்கு ஒருத்தி' என்ற சித்தாந்தம் மிக வலுவாகக் காலூன்றியது இங்குதான். அதனை உண்டாக்கியதே பெண்தான், ஏனென்றால் அதுவரைக்கும், 'ஒருவனுக்கு ஒருத்திகள்' என்றிருந்தது.

கற்புக்கரசி கண்ணகியில் இருந்து கற்புக்கரசன் ராமன் அதிகம் கொண்டாடப்பட்டான்.

சுதந்திர வெளிகளில் இன்னொரு காதலோ இன்னொருவன் மீது ஈர்ப்போ வந்தாலும் தன்னை வலுகட்டாயமாக நிறுத்திக் கொண்டாள் பெண். அவள் உண்டாக்கியதை அவளே மீறினால் குடும்பத்திற்குள் அவளின் கிரீடம் பறிக்கப்பட்டு விடும். ஒருவனுக்கு ஒருத்தி என்பதில், 'உனக்காக மட்டுமே இருக்கிறேன் உன்னை மட்டுமே காதலிக்கிறேன், காமம் கொள்கிறேன், என் இயல்பு அதுவல்ல ஆனாலும் இதனை நானொரு தியாகமாக, காதலின் சாட்சியாக செய்கிறேன், எனில் அதற்கு நீ என்னிடம் எவ்வளவு கருணையோடும் காதலோடும் நேர்மையோடும் இருக்க வேண்டும்? இருந்தாக வேண்டும்' என்பது கட்டளை! ஆண் பெண் இருவருமே இதனை ஒரு ஆயுதமாகக் கையாள்வார்கள்.

குறுகிய காலத்திலயே இது மனிதர்களுக்கு சோர்வை உண்டாக்கிவிட்டது, தங்களது இயல்பை நீண்ட காலத்திற்கு கட்டுப்படுத்த முடியவில்லை. இன்னொரு காதல் இன்னொரு காமம் தேவைப்பட்டது, இருவருக்கும் தெரிந்தே வேறு உறவைப் பேணும் வெளிப்படையான உறவிற்குள் இருப்போமென்று சொல்வதற்கு பெரும்பான்மையினருக்கு துணிவும் இல்லை. அன்பு மனம் அப்படி பரந்துபட்டதும் இல்லை. ரகசியமாக தங்கள் வாழ்வில் வேறொரு நபரை இணைத்துக்கொண்டார்கள். அதற்கான வாசல்களை சமூக வலைத்தளங்கள் பெருவாரியாகத் திறந்து போட்டன. அது காமத்திற்கானதாக மட்டுமே இருந்தாக வேண்டிய அவசியமில்லை என்பதைப் புரிந்துகொள்ளுங்கள். இஃதோர் கள்ளத்தனம், இருவருமே இதில் ஈடுபட்டு இருந்தாலும் வெளித்தெரியாமல் ரகசியமாகப் பாதுகாப்பார்கள், இருவரில் எவரின் குட்டு முதலில் வெளிப்படுகிறதோ

மற்றவர் இந்த உறவின் ஒருவனுக்கு ஒருத்தி சித்தாந்தத்தை நான்தான் காப்பாற்றி வருகிறேன் நீ மீறிவிட்டாய் என்று குற்றம் சாட்டத் தொடங்கி விடுவர். நல்லவேளை நாம் மாட்டிக்கொள்ளவில்லை என்ற நிம்மதியும் அதனோடு சேர்ந்து தெளிவான மனதோடு நியாயம் கேட்கையில் மற்றொருவரிடம் பதில்களே இராது.

இத்தனை சிடுக்குகளுக்குள் இருந்துகொண்டுதான் ஓர் உறவைப் பேணியாக வேண்டியுள்ளது.

தனிமனித ஒழுக்கமே தீர்வென்னும் அபத்தங்கள் எல்லாம் செல்லுபடியாகாது, ஏனெனில் தனிமனித ஒழுக்கம் ஒரு கற்பனை. அது உடலுறவோடு மட்டுமே தொடர்புபடுத்தி சொல்லக்கூடியது. கலாச்சார மாற்றங்களுக்குத் தீர்வும் தேட முடியாது.

ஒருவனை நிமிர்ந்து பார்த்துவிட்டால் அவள் ஒழுக்கங்கெட்டவள்
ஒருவனோடு சிரித்துப் பேசிவிட்டால் அவள் வேசி
ஒருவனைக் கட்டிப்பிடிப்பது வரம்பு மீறிய ஒன்று
ஒருவனுக்கு முத்தம் தருவது பஞ்சமாபாதகம்
ஒருவனைப் புணர்வது இன்னொருவனுக்குச் செய்யும் துரோகம்.

இப்படித்தான் காலந்தோறும் ஒழுங்கீனம் என்று சொல்லப்படுபவதின் எல்லைகளை விஸ்தரித்துக் கொண்டே வந்தோம். இன்றைக்கு ஒருவனோடு சிரித்துப் பேசுபவளை, ‘வேசி’ என்று பட்டம் கட்ட முடியாது, புணர்பவளை அப்படிச் சொல்லலாம் என்ற நியாயச் சலுகை இருக்கின்றது, இன்னும் பத்து வருடங்கள் சென்றால் அதுவும் இருக்காது. வெவ்வேறு திருமண வாழ்க்கைக்குள் இருக்கும் ஆணும் பெண்ணும் புணர்வதை சட்டப்படி குற்றம் சாட்ட முடியாது.

அதுதான் கலாச்சார மாற்றம், நம் கண்முன்னேயே நிகழ்ந்தது.

அய்யய்யோ! இதனால் பெண்கள் பாலியல்ரீதியாக ஆண்களால் சுரண்டப்பட வாய்ப்பிருக்கிறது என்ற அக்கறை எல்லாம் பொய். ஒருவகையில் அது பதற்றம். பாலியல் சுரண்டல் என்பது அத்துமீறல். தன் அதிகாரத்தைப் பயன்படுத்தி வற்புறுத்தல் அல்லது பரஸ்பர புரிந்துணர்வில் நிகழ்ந்த காமத்தில் பெண்ணுக்கு உச்சம் வந்ததா இல்லையா என்பதைப் பற்றிய அக்கறை இல்லாதிருத்தல்.

ஆனால் காமத்தை பாலியல் சுரண்டல் என்று சொல்லி ஒரு பெண்ணை நம்ப வைப்பதன் வழி, ‘உனக்கு இன்னும் ஒன்றும்

தெரியாது, ஆண்களைப் பற்றி எதுவும் தெரியாது' என்று அவளது அறிவைக் குறைத்து எடைபோடும் முயற்சியாகத்தான் இருக்கின்றது அது. ஏனெனில் ஒப்பீட்டளவில் காமத்தின் தெரிவுகள் பெண்ணுக்கு அதிகம், ஆணுக்கு அவ்வளவு பெரிய வெளி கிடையாது. அவன் தேர்ந்தெடுப்பவன் அல்லன், பெண்தான் தேர்ந்தெடுப்பவள். தான் அவளுடைய தெரிவாக இல்லாதபோது அவளது தெரிவுகளை மட்டுப்படுத்தி ஆகவேண்டும். அதற்கான முயற்சி இது.

45 வயதுக்கு மேற்பட்டவர்களின் காதல்களைப் பற்றி எப்போதாவது கவலைப்பட்டு இருக்கிறோமா? அவர்களது வாழ்க்கை, அவர்களது அந்தரங்கம். அது நமக்கு அவசியமே இல்லை அல்லவா? எல்லா கவலையும் இருபதுகளில் இருந்து நாற்பது வரை இருப்பவர்களைப் பற்றித்தான்.

இந்தக் கலாச்சார மாற்றங்கள் எங்கு போய் விடும் என்ற அச்சங்கள் வேண்டாம், எல்லா குடும்ப அமைப்பையும் சிதறிப் போட்டுவிடுமோ என்ற பதைபதைப்புகள் வேண்டாம். அப்படி நிகழாது. எதனின் கை ஓங்குகிறதோ அதனின் எதிர்நிலைக்கு ஆதரவு பெருகி மனம் அதன் சார்பாகவே சாயும். இதொரு சீசா விளையாட்டு. ஆல்ஃபா ஜெனரேசன் என்ன செய்யக் காத்திருக்கிறார்கள் என்று வேடிக்கை பார்ப்போம்.

அன்பு
கார்த்திக் (யாத்திரி)

சமர்ப்பணம்

மருத்துவர் ஞா.சரவணன்

நற்காதலி!
என் எல்லை மீறல்களை
தள்ளியும் விடாமல்
தடுத்தும் விடாமல்
மறுத்து மறுத்து
ஒவ்வொரு எல்லையாக
மீற வைப்பதில்
கெட்டிக்காரிதான் நீ.
★

                    பாதத்திற்கும் உன் உதட்டிற்கும்
                    அறுபத்தியிரண்டு முத்தத் தொலைவு
                                                  ★

எனக்காகவே எடுக்கப்பட்ட
சுயமியில் மட்டும்
உன் கண்கள் வேறுமாதிரி
சிரித்திருக்கும்.
★

யாரோ ஒரு யுவதியாக
உன்னை எதிர்கொண்டுவிட
முடியுமென்றால்
எதற்கித்தனை பதைப்பு

ஒரு சுயமைதுனத்தில்
உன்மீதான மொத்தத்தையும்
அழித்துவிட முடியுமென்றால்
எதற்கித்தனை பாடு

உயிரின் திரியில் படபடக்கும்
ஒற்றை தீபம்
உன் பெயர்.
★

"எங்க போன?"
சிறிது நேரம் காணவில்லை என்றதும்
வந்து விழுந்திருக்கிறது இச்செய்தி.
எங்கு போனேன் என்ன செய்தேன்
எனச் சொல்லலானேன்
எப்போதும் கூடவே இரேன்
எனக் கேட்கும் உன் அறியாமைக்குள்
வாழ்ந்து மடிந்துவிட்டால்
போதுமென்றுதான் தோன்றுகிறது.
★

உன்னோடான உரையாடல் என்ன செய்யும்?
"சாதாரண ஒரு நாளினை
தோரணம் கட்டித்
திருவிழாக் கோலமாக்கும்."
★

கார்த்திக் (யாத்திரி)

ஒரு மிடறு உற்சாகம்

சுருள் சுருள் முடிகளில் நீ,
சுடச் சுட ஆவி பறக்கும்
பெரிய தேநீர் கோப்பை.
★

பேசப்பேச
ஒருவரையொருவர்
தீர்க்கமாக அறிந்துகொள்கிறோம்,
நீ
சொல்லிய பதில்களை விடவும்
பதில் சொல்லாமல்
மௌனித்துக் கடக்கும்
கேள்விகளில் இருந்துதான்
உன்னைக் கூடுதலாகக் கொஞ்சம்
அறிந்துகொள்கிறேன்
★

எதனாலெல்லாம்
என்னை உனக்குப் பிடிக்கலாம்
என்ற கர்வப் பட்டியலில்
எஞ்சியது எதுவுமேயில்லை.
உன்னருகில் வர வர
என்னில் சிறந்ததென
நான் கருதியதெல்லாம்
பொருளற்றதாகிப் போய்விட்டது.
இனி
நீ என்னைப் பிடிக்கவில்லை
என்று சொன்னால் கூட
'ஆம், சரிதான்' என்று
ஏற்றுக்கொள்வேன்.
★

உன்னருகில் இருக்கும்போது
எதுவுமே உன்னைப் போலில்லை
நீ அருகிலில்லாத பொழுதுகளில்,
எல்லாமும்
உன்னைப் போலவே இருக்கின்றன.
சுற்றிச் சுற்றி எல்லாம் நீயாக இருந்தும்
அத்தனை நீ-களையும் கூட்டிக்கொண்டு
உன் வாசலே வருகிறேன்!
★

கார்த்திக் (யாத்திரி)

உன் தேகத்தில்
நான் அடையும்
காமத்திற்குப் பெயர்
பிரார்த்தனை.
★

அதிகம் நெருங்கிவிட்டதாகத் தோன்றியதும்
வீம்பாக விலகி நின்றுகொள்கிறோம்.
தள்ளிப் போகிறோம் என்றறிந்ததும்
பதறி வந்து பற்றிக்கொள்கிறோம்.
நாம் காதலித்துக்கொண்டே
காதலிக்கப் பயப்படுகிறோம்
★

அருகருகே நடக்கையில்
ஒரு சின்ன முழங்கை உரசலில்
உள்ளங்கை தொடுகையில்
அண்மித்த மூச்சுக்காற்று வெப்பத்தில்,
ஆயிரம் ஆண்டுகள்
வாழ்ந்துவிட்ட ஞாபகத்தைத்
தந்துவிட
உன்னால்தான் ஆகிறது.
★

நீ
என்னிடமிருந்து
ஒளிந்துகொள்வதை ரசிக்கிறேன்
உள்ளங்கை ரேகையை, விரல் நுனியை
பரிசுத்த நிர்வாணப் பதற்றத்தோடு காண்பவனிடமிருந்து
ஆடைச் சுருக்கங்களுக்குள்
அங்க வளைவுகளை தரிசிப்பவனிடமிருந்து
மூடாத பரப்புகளில்
முழுமோகம் கொள்பவனிடமிருந்து
உன்னை நீ ஒளித்துக் கொள்வதுதான் சரி
எனக்குன்னை
சாதாரணமாகப் பார்க்கத் தெரியாது
★

சிங்காரித்து முடித்த பின்
நீண்ட நேரம் தலையைச் சாய்த்துக் கண்ணைச் சுருக்கி
கொஞ்சமாய் சிரித்து கண்ணாடியில் பார்த்துக் கொண்டிருந்தாள்,
தன்னைத் தானே ஊடுருவி ஒரேயொரு கணத்தில் ஒரேயொரு
கோணத்தில்
அவளது உச்ச அழகைக் கண்டுவிட்டாள்.
அவ்வொரு மீச்சிறு கணத்தை வாரிக்கொண்டு
அன்றைய நாளைத் தொடங்குபவள்,
அன்றைய நாள் முழுக்க அதே அழகோடுதான் இருப்பாள்.
★

அனுதினமும்
நிலைக்கண்ணாடியில்
நீ உன்னை
எத்தனை அழகோடு பார்ப்பாயோ,
அதனை விடவும்
அழகாய்த் தெரிவாய் எனக்கு.
★

எக்காரணம் கொண்டும்
இவ்வுணர்வை என்னால்
திருத்தியெழுத முடியவில்லை.

சரி போகட்டும்
உன்னால் எதிர்வரப் போகும்
எல்லாத் துயர்களையும்
மனமுவந்து ஏற்றுக்கொள்கிறேன்.

நீ தரப்போகும் காயங்களைக்
கேள்விகளின்றி ஒப்புக்கொள்கிறேன்.

சொற்பகால மனஇன்பத்திற்காக
வாழ்வை நிகர் வைக்கிறேன்.

I love you.
★

என்னருகில் நீ இருந்திருந்தால்
உன்னை முத்தமிட்டிருப்பேன்
அங்கமெல்லாம் தொட்டிருப்பேன்
ஆவிதீரப் புணர்ந்திருப்பேன்.

இப்போது
என்னருகில்தான் நீ இருக்கிறாய்.
காமம் ஓர் ஓரமாக இருக்கட்டும்,
இந்த அழகை இன்னும் சற்று நேரம்
பார்த்துக் கொண்டிருக்கட்டுமா? என
வினவிய பின்னர்தான்
கண்கள் மினுங்க மினுங்க
நீ முத்தமிட்டாய்.
★

வாழமாட்டாமல் அல்ல,
நீயின்றி
நன்றாகவே வாழ்ந்துவிடுவேன்.
ஆனாலும் அது வேண்டாமே
என்றுதான்
தேடித் தேடி வருகிறேன்.
★

ஒரு முத்தத்திற்குள்ளேயே
உதடு பிரியாது
பதில் முத்தத்தைப் பகிர்கிறாய்

உன்னை நானா?
என்னை நீயா?
யார் யாரை
முத்தமிட்டுக் கொண்டுள்ளோம்?

நனவிலி மயக்கத்தில்
உடலென்ற ஒன்றையே காணோம்.
நாம் இதழ்களால் மட்டுமே –
உண்டாக்கப்பட்டிருக்கிறோமா?

ஒருநிலைப்படுத்தப்பட்ட
இஃதோர் முத்திரை.

சுற்றுஞ்சூழல் மறைந்து தன்னை மறந்து
தியானம் சித்திக்கிறது.
ஒரு முத்தத்தில்
நீயென் ஆன்மாவில் தித்திக்கிறாய்.
★

உதடுகளை ஈரப்படுத்திக் கொள்ளும் நாவு
காது மடலின் தங்கமுடிகள்
கன்னத்தில் வந்து விழும் கேசத்தை.
ஒதுக்கி விடும் விரல்கள்.
உள்கச்சை பட்டை அழுத்தத்தில்
மார்பின் எடை.
ஆடையோடு சேர்ந்து மடிந்திருக்கும்
வயிற்று மடிப்பு.

நீ அருகிருக்கும் ஒவ்வொரு கணமும்
இரண்டு நீர்த்துளிகள்
ஒன்றையொன்று ஒட்டிக்கொண்டு
ஒன்றாகி விடுவது போலான தீவிரத்தில்
மோகத்தின் வேட்கை தகிக்கிறது.

உன் புறங்கையின் உரசலில்
பற்றிக்கொள்கிறது தீ
கண்ணியமெல்லாம்
கரைபுரண்டு விட்டது
என்பதைத் தெரிவிக்கத்தான்
காதலை விளம்புகிறேன்.
நீ ஏற்பதற்கோ மறுப்பதற்கோ அல்ல.
இனி எப்போதும்
நாம் நண்பர்களாகத் தொடர முடியாது.
★

இன்னும் கொஞ்சம்
கிட்டத்தில் நெருங்கி வர வைக்க
உதட்டைக் கடித்து இழுக்க வேண்டியதாகப் போய்விட்டது,
மற்றபடி
முத்தத்தில் கடிக்க வேண்டுமென்ற
லட்சியங்களெல்லாம் இல்லை.
★

முத்தமிட்ட உதடுகளின்
ஈரத்தைத் துடைத்துக்கொள்ள
எத்தனை பெரிய கைக்குட்டை நீ!
நான் உன் தேகத்தில் –
வாய்தான் துடைக்கிறேன்.
நீ அதையும் முத்தத்தில் சேர்க்காதே.
★

நீ தனியாக இல்லை.
நம்பு.
இக்கணத்தில்
யாரேனும் உன்னை
நினைத்துக் கொண்டிருக்கக் கூடும்.
★

தொடையில் முகம் புதைக்கவா?
என்றதற்கு கூசுகிறாய்,
மடியில் படுத்துக் கொள்ளவா?
என்றால் சம்மதிக்கிறாய்.
என்ன பெரிய வித்தியாசம்!
★

உன்னைப்
பொழுதன்னைக்கும் புணரத் துடிக்கிறது காமம்
உன்னில்
பொழுதன்னைக்கும் கட்டிக் கிடக்க
அடித்துப் பிடித்து ஓடி வருகிறது காதல்.
★

அத்தனை தொலைவில் இருந்துகொண்டு
அப்படியென்ன
என் மீதுனக்குப் பெரிய காமம்?

ஒன்றுமில்லை
துணி துவைக்கப் போகிறேன் என்பாய்
உன் உள்ளாடைகளின் எண்ணிக்கையை
கணக்கெடுத்திருப்பேன்

குளிக்கப் போகிறேன் என்பாய்
நானுன் நிர்வாணத்தை
சித்தரித்து முடித்திருப்பேன்

படுத்திருக்கிறேன் என்பாய்
உன் மார்புக்கு தலையணையாய்
இங்கேயே உள்ளங்கையை
விரித்து வைத்திருப்பேன்.
★

ஒரு முத்தக் காட்சியைப் பார்த்தேன்
உன் நினைப்பு வந்தது
சந்திக்க வந்துவிட்டேன்!
இதனைவிட பெரிதான
காரணம் என்ன வேண்டிக் கிடக்கிறது?
★

தேன்சிட்டாய் இரையெடு என
கைகளைப் பின் கட்டிக்கொண்டு
முத்தமிடச் சொல்வது பாவம்.
கைகளுக்கு வேலையில்லாத முத்தம்
அபத்தம்.
★

உச்சமடங்கிய பிறகு
அணைத்துக் கொண்டிருப்பது
உன்னையல்ல,
இப்பூந்தளிருடலின்
மென்தந்தி அதிர்வுகளை.
★

ஐந்தரையடி உன்னை
மொத்தமாக விழுங்குவது எங்ஙனம்!
ஒவ்வொரு விள்ளல்களாக எடுத்துக்கொள்ளத்தான்
படைக்கப்பட்டிருக்கிறது முத்தம்.
★

இன்னும் சற்று நேரத்தில் நடைமேடை மூன்றில் இருந்து புறப்படும் வண்டியின் பெயரை தானியங்கிக் குரல் அறிவித்துக் கொண்டிருந்தது. இட்லி, சப்பாத்தி, பிரியாணி பொட்டலங்கள், டீ, தண்ணீர் என ஆளாளுக்கு ஒன்றை விற்றுக் கொண்டிருக்க, ஏற்கனவே புறப்பட்டும் வந்தும் கொண்டிருக்கும் ரயிலின், 'தடக் தடக்' சப்தங்கள், முழங்கொலிகள், மற்றும் பயணிகளின் உரையாடல்கள் சேர்ந்து ரயில் நிலையமே ஓர் அமைதியற்ற இரைச்சலுக்குள் இருந்தது. எத்தனை இரைச்சலுக்குள்ளும் புறாவின் குணுகும் ஓசை மட்டும் தனித்துக் கேட்கும் கவனித்ததுண்டா! அப்படிதான் அவள் பேசினாள். இன்னும் பத்து நிமிடம் இருக்கிறது வண்டி கிளம்ப, கடைசி நிமிடத்தில் வண்டியில் ஏறினால் போதும். நடைமேடையில் இருக்கும் இருக்கையில் அமர்ந்திருந்தோம், கைகளைப் பிடித்தபடி தோளில் சாய்ந்திருந்தாள். பிரியும்போது பற்றிக்கொள்ளும் இறுக்கங்கள் சொல்லிவிடுகின்றன அன்பை. அவரவர்க்கு இருக்கும் அவசரத்தில் எங்களைக் கவனிக்க எவருக்கும் பொறுமையில்லை, ரயில் நிலையத்தின் ரம்மிய வசதிகளில் இதொன்று. தோளில் சாய்ந்திருந்தவள் உதட்டில் மின்னற்பொழுது முத்தம் வைத்து முகத்தை விலக்கினேன். முகவாயை உயர்த்தினாள், "நல்லாக் கொடு"

"யாராவது பார்த்திடப் போறாங்க"

"பார்க்கட்டும் பரவால்ல, கொடு"

முன்னொரு நாள் பேருந்தில் அவளது நிறுத்தம் வந்து இறங்கப் போகும் முன் இதே போன்றதொரு முத்தம் வைத்ததற்கு, வழி நெடுக அலைபேசியில் அதட்டிக் கொண்டிருந்தாள், "நீ பாட்டுக்கு கொடுத்துட்ட, இது எங்க ஏரியா வேற, யாராவது பார்த்துருந்தா என்ன ஆகி இருக்கும் தெரியுமா?"

"அதெல்லாம் யாருக்கும் தெரியாம ரொம்ப ரகசியமா முத்தம் வைப்போம்."

“உன் பக்கத்துல ரொம்ப ஜாக்கிரதையாதான் இருக்கனும்” கடிந்து கொண்டாள்.

அவளேதான் இப்போது, “யார் பார்த்தாலும் கவலையில்லை, முத்தம் வை” என்று கேட்டுக் கொண்டிருக்கிறாள்.

“போகாதேயேன்...” என்ற கோரிக்கை கண்களில் மிதக்கிறது.
“திரும்ப எப்ப வருவ? நானும் உன் கூட இப்படியே வந்துடட்டுமா?”
அப்படி எளிதில் வந்துவிட முடியாதுதான். ஆனால் அந்தக் கேள்வி நிஜம்.

“நீ வீட்டுக்கு பத்திரமா போ என்ன!”

நகரமாட்டாத கால்கள் அங்கேயே நின்று கொண்டிருந்தன, வண்டி கிளம்புகிறது. ஓடிச் சென்று ஏறிவிடும் வேகம்தான். மருண்டு மருண்டு விழித்தபடி விரல்களைப் பிடித்துக் கொண்டிருக்கிறாள், கடைசி நொடியில் நெஞ்சோடு சேர்த்தணைத்து சொல்லப்படும் லவ் யூக்கள் ஓர் உத்திரவாதம்.“கவலைப்படாத. நான் சீக்கிரம் வந்துடுவேன்.”

நான் செல்லும் ரயிலின் ஒவ்வொரு நிறுத்தத்தின் போதும். அது எந்த நிறுத்தம் என்பதை Where is my Train செயலியில் பார்த்துக் கொண்டே வீடு திரும்பிக் கொண்டிருக்கிறாள்.

“என்ன பண்ற?”
“நீ எங்க போயிட்டு இருக்கறனு பார்த்து உன் கூடவே வந்துட்டு இருக்கேன்.”
“எனக்கு இப்பவே உன்னக் கட்டிக்கணும்.”
“எனக்கும்”
“இப்பவே முத்தம் கொடுக்கணும்.”
“எனக்கும்”
“badly need to ஃபக் you”
“எனக்கும்”

★

தொலை தூரக் காதல்

உன்னிடம் வந்து ஒன்றிவிட வழியின்றி
நான் உன்னைத் தேடுகிறேன்
உயிரின் ஆழத்தில் இருந்து

"கற்பனையில் என்னைத் தொடாதே
உன் தொடுகையை உணரமுடிகிறது
உன்னருகில் நானில்லாத போது
இப்படி எனக்காக உருகாதே"

என கண்ணீர் மல்க நிற்கிறாய்.
சரி குறைத்துக் கொள்கிறேன்

"வேண்டாம்,
ஒரு துளி கூட குறைக்காதே
அது எனக்கானது
எனக்கே வேண்டும்"

ம்ம்

"ஏங்கிச் செத்துவிடாதே
நான் வரும்வரை உயிரோடிரு
உனக்குதான் எல்லாம்"

ம்ம்

காதல்பெண் சுமந்துவருகிறாள்
காமம் தீர்க்க
ஓர் அழகு உடலை.
★

உன் உள்கச்சைக்கு
ராஜகிரீடத்தின் சாயல்,
மணிமுடி அகற்றிய பிறகு –
வீற்றிருப்பவை
எனையாளும் ராணிகள்.
இனி என் அரசாங்கம்.
★

திருமேனி எங்கும் சிதறி
இக்காமத்தை அலங்கரிக்கின்றன
உன் கண்ணாடி வளையல்களின்
வண்ண உதிரிகள்.
★

"பூவுக்கெல்லாம் சிறகு முளைத்தது எந்தன் தோட்டத்தில்"
பாடல் ஓடிக்கொண்டிருக்கிறது.
பாடல் முடிவதற்கு முன்
இந்தப் பேருந்து அடுத்த நிறுத்தத்தை
அடைந்துவிட்டால் நீ எனக்குரியவள்
இல்லையென்றால் உன்னை இழந்துவிடுவேன்.

கை முறுக்கின் வெளிவிளிம்பில் இருந்து
கடித்துக் கடித்து
நடுவிலுள்ள வட்டப் பகுதியை மட்டும்
உடையாமல் பாதுகாத்துவிட்டால்
நீ எனக்குரியவள்
இல்லையென்றால் உன்னை இழந்துவிடுவேன்.

பத்து எண்ணுவதற்குள்
தண்ணீர் குழாயின் கீழ் வைத்த குடம் நிரம்பிவிட்டால்
சுண்டிவிட்ட நாணயத்தை
மூன்று முறை கீழே விழாமல் பிடித்துவிட்டால்
ஒரே முயற்சியில் எம்பிக் குதித்து
அரசமர இலையைப் பறித்துவிட்டால்
நீ எனக்குரியவள்
இல்லையென்றால் உன்னை இழந்துவிடுவேன்.

இப்படித்தான்
ஒவ்வொன்றிலும்
உன்னைப் பணயம் வைத்து
மிக ஆபத்தான
விளையாட்டுகளை ஆடுகிறேன்.

★

ஒவ்வொரு முறையும்
செய்தி வந்திருக்கிறதென
சிணுங்கும் அறிவிப்பொலியில்
உனதாக இருக்குமென்றே
செயலியைத் திறக்கிறேன்.

எந்த அழைப்பொலியிலும்
முதலில்
தொடுதிரையில் மின்னுவது
உன் பெயரா? என்றுதான்
எப்போதும் தேடுகிறேன்

நீயாகவே இருந்துவிடும்
பொழுதுகளில் எல்லாம்
உனக்கு
நூறு நூறு ஆயுசாக
கூட்டிக் கொண்டிருப்பேன்.
★

எப்போதெல்லாம் உன் உள்ளம்
பொருளற்ற மௌனத்தில் கனிகிறதோ
அப்போதெல்லாம் உறுதி செய்.
உயிர் நிறைய
உன்னை நான்
நினைத்துக் கொண்டிருக்கிறேன்
★

எக்கி நிமிர்ந்து நின்றாலும்
மடிந்து மடிந்து
ரேகை உண்டாகிப் போன
வயிற்றில்
அழகின் ஆயுள்
சற்றே அதிகம்!
★

விருப்பத்தைச் சொல்ல
வாசல்களே இல்லாதபோது
நானுன்னைக்
கனவில் கண்டதைச்
சொல்வேன்.

கனவு முழுக்க உருவமற்று
நீ வெறும் பெயராக மட்டுமே
என்னோடு உலவினாய்.

பெயர் ஓர் ஆடை அணிந்திருந்தது
பெயரின் தோளுரசி அமர்ந்தேன்
பெயரின் முகமுயர்த்தி முத்தமிட்டேன்

தெரியுமா உனக்கு?
உன் பெயருக்குள்தான்
நீ இருக்கிறாய்.
★

உற்சாகமும் மகிழ்ச்சியும்தான் இளமை.
அது எப்போது குறைகிறதோ
அப்போதே வயதேறத் தொடங்குகிறது
★

ஒருபோதும்
உன் கடந்தகாலத் துயர்களை
அறிந்துகொள்ள முயற்சிக்க மாட்டேன்.

எனக்குத் தெரியும்
அதற்குப் பின் நமக்குள்
ஒன்றுமில்லாமல் போய்விடும்.

துயரைப் பகிர்வதன் மூலமாக
நெருக்கமாகிறார்கள் என்று
நினைத்துக் கொண்டிருக்கிறார்கள்

இல்லை.
மனிதர்கள் பழகிக்கொள்வதே
துயரைப் பகிரத்தான்
பகிர்ந்து முடித்ததும்
திசைக்கொன்றாய்
பிரிந்து போய்விடுவார்கள்.

நான் உன் துயரைக்
கேட்க வரவில்லை.
நீ அனுபவித்ததிலேயே
மாபெரும் துயராக இருக்க
ஆசைப்படுகிறேன்.

காதலிப்போமா!?
★

ரவிக்கையின்
இரு தோள்ப்பட்டை மருங்கிலும்
தைக்கப்பட்ட துணிக்கயிறு
பரிசுப்பொருள் முடிச்சி.
அல்லது
முதுகழகு சிதறிவிடக் கூடாதென
சேர்த்துக் கட்டிய அரண்.
★

நன்கறிவேன் சகி
எவராகினும் விலகி விலகி
புள்ளியாய்
மறைந்து போகும் காலம் வந்தே தீரும்.

நீ உடனிருக்கும் காலங்களில்
உன்னைச் சங்கடங்கள் இன்றி
பார்த்துக் கொண்டேன் என்ற
ஒரே நிம்மதி போதாதா
★

உன்னை அடைந்துவிடத்தான்
நதியாகி வந்தேன்
வரும் வழியெங்கும்
கொஞ்சம் மண் குடித்து
கொஞ்சம் மரம் குடித்து
மிச்சத்தை பரிதி குடித்து
உன்னைச் சேர்வதற்கு முன்னே
வறண்டு
இல்லாமலாகி விட்டேன்

காத்திரு.
நிச்சயம் ஒரு நாள்
உன் மடியில்
கோடி தாரைகளாக
விழுந்து பொழிவேன்
என் கடலே.
★

உன் செய்தி வந்திருக்கிறதென
அறிவிப்பு மின்னியதும்
அதனைத் திறக்காமல்
சற்று நேரம் வேடிக்கைப்
பார்த்துக் கொண்டிருப்பேன்.

செய்தி
ஒரு மின்மினிப் பூச்சியென
உள்ளே படபடத்துக் கொண்டிருக்கும்.
உன் செய்திப் பெட்டியைத்
திறக்கும்போது மட்டும்
விரல்நுனியில் பூ பூத்திருக்கும்.
விரல்களெல்லாம் மின்மினிகள்.
★

ஒவ்வொரு முறையும்
ஏதோர் காரணத்தைக் கொண்டு வந்து
உன்னோடு உரையாடி,
வேறாரும் பிரவேசித்திடாத
உன் மனப் பிரதேசத்திற்குள்
எட்டிப் பார்க்க முயற்சிக்கும் போதெல்லாம்,
என்னைத் தடைசெய்ய
நீ உனக்குள்
உண்டாக்கி வைத்திருக்கும்
பாதுகாப்பு அரண்களை
அதிசயித்துச்
சுற்றிப் பார்த்துக் கொண்டிருப்பேன்.
எத்தனை காயம் பட்டிருந்தால்
இத்தனை வலிமை மிக்க கோட்டையைக்
கட்டியிருப்பாய்!

★

உன் மீதிருக்கும் ஈர்ப்பு
உன் மீதிருக்கும் வியப்பு
கணப்பொழுதில்
காதலாகிவிடும் சாத்தியங்களால்
நிறைந்து கிடக்கிறது.
ஆனால் மாட்டேன்,
காதலித்தால் நீ போய்விடுவாய்
காதலித்தால் உன்னை இழந்துவிடுவேன்,
நீ
இப்படியே
அதோ அந்த
கண்ணுக்குப் புலப்படாத
எல்லை வரை நீள்.
★

சும்மாதான் பார்த்துக் கொண்டிருந்தேன்.
இடைமறித்து
அப்படி என்னைப் பார்க்காதே என்றாய்
அதன் பிறகுதான்
தப்புத்தப்பாகப் பார்க்கத் தொடங்கினேன்.

காமத்தைத் தொடங்கி வைப்பதில்
நீ நூதனக்காரி.
★

உன்னிடம் ஏன்
இவ்வளவு பேசிக் கொண்டிருக்கிறேன்?
பேசி முடித்தால் நீ போய்விடுவாய் என்றா?
எதையோ சொல்லத் தொடங்கி
எதையோ சொல்லி
எங்கோ சுற்றி
சொல்ல வந்ததை மறந்து
சொற்கட்டுமானம் உதிர்ந்து
சும்மா வாய்க்கு வந்ததை உளறி
நான் சொன்னது எதுவும்
எனக்கே புரியாதபோது...
நீ கருத்தாக
ம்ம் சொல்லிக் கொண்டிருந்தாய்.
★

ம்

நான் உன் ம்ம்ம்களால்

கட்டப்பட்டிருக்கிறேன்.

ஒரு ம்

நீ சொல்வதைக் கேட்டுக் கொண்டுதான் -

இருக்கிறேன் என்கிறது

ஒரு ம்

இன்னும் ஏதாவது சொல்

என்கிறது

ஒரு ம்

இந்த உரையாடலை நான்

பொருட்படுத்துகிறேன் என்கிறது

ஒரு ம்

“நான் போகட்டுமா” என்கிறது

உன்னைப் போகச் சொன்ன பிறகு

உன் ம்ம்ம்களில்

இனித்துக் கிடக்கப் பிடித்திருக்கிறது.

★

“புணர்ந்து முடித்த பின் நெற்றி முத்தம் கொடுப்பாயா?”
இல்லை,
புணர்ந்து முடித்து களைத்து
உன் மீதே அயர்ந்து படுக்கும்போது,
முகத்திற்கு நேராக எந்தப் புலன் உண்டோ
அதற்கே முத்தம்
அதனை நீ நெற்றியாகக் கருதிக் கொள்.
“சோம்பேறிக் கழுத”
★

இது என் உதடு
இது என் கழுத்து
இந்த மார்பு எனக்குரியது
இந்த இடையும் எனக்குத்தான்
என
ஒவ்வொன்றாக நான் உன்னிலிருந்து
எனக்கெனப்
பாத்தியப்படுத்திக் கொண்டிருந்தேன்.
காமம் என்பது,
உடல் மாற்றிக் கொள்வது.
★

ஓர் ஊடலில்
அருகில்
ஒரு அங்குல தொலைவில்
படுத்திருக்கும் உன்னை
இரு விரல் கொண்டு
ஆடையின் நுனி பற்றி இழுத்தாலே
அருகில் வந்துவிடுகிறாய்
காதலுக்கு எடையில்லை என்பது உண்மைதான்
★

முதலில்
நீ என்னை விரும்பினாய்
பிறகு
நான் மட்டுமே உன்னைத்
தனியாக
விரும்பிக் கொண்டிருந்தேன்.
வரமென நினைத்த அன்பு
பெற்றதும் சாபமாகுவது
இப்படித்தான்.
★

பார்வையால் உயிர்கொய்தல்

தலையைச் சாய்த்து புருவத்தை உயர்த்தி
நீ பார்க்கும் பார்வை அப்படியானதுதான்.

உனக்கு போர்வீரனின் உடைவாள் தோற்றத்தில் புருவம். ஒரு கைப்பிடி அதற்குப் பின் கத்தி என்ற அளவில்தான் உன் புருவத்தின் தோற்றம் இருக்கிறது. புருவத்தை உயர்த்துகையில் நீ வாள் வீசுகிறாய். வீழாமல் எங்ஙனம் இருப்பேன்!

கூந்தலை அவிழ்த்துவிடும் போது நீ அழகையும் அவிழ்த்து அலையவிட்டு விடுகிறாய் இல்லையா! அடக்க ஒடுக்கமாய் உன் மேனியில் அமைதி கொண்டிருந்த அழகு அள்ளி முடித்த பின்னல்கூந்தலுக்குள்தான் சிறைபட்டுக் கிடந்ததா என்ன!

உன் பிறைநுதலும் அதிலிட்ட பொட்டும்,
திருநாசியும் அதன் கூர்மையும்,
பளிங்குக் கன்னமும் அதன் பளபளப்பும்
பூங்கழுத்தும் அதன் மடிப்பு ரேகைகளும்
உன் திருமேனியின் ஒவ்வொரு சொட்டுகள்.

ஒரே ஒரு சொட்டு என்றாலும்
மண்ணில் விழுந்தால் அது மழைதான் இல்லையா!

நீ அப்படித்தான் சொட்டுச் சொட்டுகளாக உண்டாகி இருக்கிறாய்,
இந்தக் கண்கள் கூட இரண்டு சொட்டு நீர்த்துளிகள்தான்.
உன் மார்புகள் – நீரின் மீது சொட்டுநீர் விழுந்து உண்டாகிய பெரிய குமிழ்தான் தெரியுமா! எனில் எத்தனை பெரிய மழை நீ!

உன் தளிருடலின் மொத்த நிர்வாணத்தை எடுத்து நிகர் செய்தால் கூட உன் புறங்கை வென்று விடும்!
அதற்கு முன் ஈடாக வைக்க வேண்டும் எனில் ஒட்ட நறுக்கிய நகங்கள் கொண்ட உன் விரல்மலர்ப் பாதங்கள்.
அறுவடைக்கு காத்திருக்கும் நெற்கதிர் போல் கால்களில் படிந்து கிடக்கும் முடிகள்.
அதுவே அதியுச்ச கவர்ச்சி.
அதற்கு மேலான கவர்ச்சி உன்னுடலில் இருக்குமென்று நம்பிக் கொண்டிருக்கிறாயா நீ?
இருக்கிறதுதான்
ஆனால் அவையெல்லாம் இவற்றின் தங்கைகள்!

இடையோரத்தில் மச்சம் என்பதென்ன, அது ஒரு சின்னஞ்சிறிய இரவு. அந்தச் சின்னஞ்சிறிய இரவின் கோடி நிலவொளிதான் நீ.

அந்தச் சின்னஞ்சிறிய இரவைப் பெருக்கி இரவின் கருமைக்குள் யாருக்கும் தெரியாமல் நாம் மறைந்து இணைந்திருக்கப் போகிறோம்.

தூரிகை கொண்டு வரைந்தால் கூட இத்தனை நேர்த்தியாக ஒரு உதட்டை வரைந்து விடமுடியுமா தெரியவில்லை, அத்தனை கச்சிதமான உதடு. தொட்டுப் பார்த்தால் செம்பருத்திப் பூவிதழ்களின் நயம் போல இருக்கின்றது. இம்முகத்தை உயர்த்தி முத்தமிடுவதற்கு முன் நீ கண்களை மூடி இதழ்கள் பிரிக்கின்ற அவ்வொரு நொடிக்கு சொக்கிப் போகாத வாழ்வென்ன வாழ்வு!

முத்தங்களில் எத்தனை விதம் உண்டோ
அத்தனை வித முத்தங்களுக்கும் உகந்ததாய் ஓர் உதடு உனது.

ஒரு முத்தத்தின்போது இந்த விரல்கள் உன் சுருள்கூந்தலில் அலைந்து கொண்டிருக்கும்.

ஒரு முத்தத்தின் போது இந்த விரல்கள் உன் இடையில் ஊர்வலம் போகும்,

ஒரு முத்தத்தின் போது இந்த விரல்கள் உன் முலைகளின் திண்மையை அறியப் பார்க்கும்,

ஒரு முத்தத்தின் போது இந்த விரல்கள் உன் கழுத்தை ஒரு கோப்பையாய் ஏந்தி உயிர்க்குடிக்கும்
ஒரு முத்தத்தின் போது இந்த உதடுகள் சுவைபொருந்திய என் பிரியமான உணவு ஒரு முத்தத்தின் போது இந்த உதடுகள் காலங்களை உறைய வைக்கும் எந்திரம்,

இந்த உலகம் இந்த நொடியில் நின்று போகக்கடவது,

இந்த உதடுகளை விட்டு உதடு எடுக்க மனமின்றி யுகம் யுகமாக ஒட்டிக் கிடந்து முத்தமிட்டுக் கொண்டே இருந்தால் மட்டுமே போதுமேயானது. அஃதோர் பித்து நிலை தேவி.
நீர் வேண்டாம், ஆகாரம் வேண்டாம், நீ மட்டும் போதும் என்று உன்னையே உணவாக்கி, உன்னிலேயே மூழ்கி உன்னிலேயே பிறந்து உன்னிலேயே அழியத் துணியும் ஒரு பித்து.

என் காமத்திற்கு
நீ என்பவள் படையல்.
காதல் என்பது அருள்.
★

எல்லா கொண்டாட்டங்களுக்கு மத்தியிலும்
உன் வாழ்த்தை தேடிக் கொண்டிருப்பேன்.
எல்லா கடினக் காலங்களிலும்
சிகைகோத வரும்
உன் விரலுக்குக் காத்திருப்பேன்
வீணான தேடல்தான்
வீணான காத்திருப்புதான்
வரமாட்டாய்
தெரியும்.
ஆயினும்
எப்படியும்
எனக்காக நீ வந்துவிடுவாய் என்று
உள்ளாழத்தில் எங்கோ
தோன்றிவிட்ட எண்ணத்தை
அழித்துப் போடத்தான்
ஆகவில்லை.
★

நான் என்று வெளிக்காண்பிக்கும் எல்லா பிம்பங்களுக்கும் அப்பால் இருக்கிறது என் காமம். மிக மறைவாக, மிக ரகசியமாக. அதை நானுனக்குக் காணத் தந்துவிட்டால் நீ என் தலை மேல் ஏறிவிடுவாய். உன் கட்டுப்பாட்டுக்குள் வந்துவிடுவேன், உன் விரலசைவுக்கு சொக்கி நிற்கும் உயிராகிவிடுவேன். ஏனெனில் ஆணின் காமத்திற்கு ஆளுமை கிடையாது, அது பெண்ணின் உடலுக்கு முன் பணிந்து கிடக்கவே படைக்கப்பட்டது. ஆணின் காமம் நிராயுதபாணியாக நிற்கும் போர்வீரனை ஒத்தது. பெண் சரீரத்திற்கு முன் சரணடையாமல் அதனால் வாழமுடியாது.

காமமே வடிவாகி உடல் பித்தேறி நின் தேகத்தின் நுண்துளைகளுக்குள் புகுந்துகொள்ளும் ஆவேசத்தில் அணைத்துக் கொண்டிருப்பேன். கன்னம் உரசி முலைகளுக்குள் முகத்தைப் புதைத்திருப்பது ஒரு கனவு, என் ப்ரிய உடலே
அப்போது நீ காண்பது ஒரு மிருகத்தின் கண்களை, அப்போது நீ காண்பது ஒரு குட்டிமிருகத்தின் கண்களையும்தான்.
நான் என்று நானுனக்குச் சொன்ன எல்லாமும் பொய்யாகிவிட்டது. இறுதியில் நான் உன்னுடலிடம் உருவழிந்து நிற்கும் அற்பமா? அப்படியேதான் நீயும் நினைக்கிறாயா? அதன்வழி நீ என்னில் எடுத்துக்கொள்ளப் போகும் அதிகாரங்களை நினைத்து அஞ்சுகிறேன், நிஜமாய் நான் அதை வெறுக்கிறேன்.
என்னைப் பரிகசிக்கும் சிரிப்பை உன் உதடுகளில் தேடுகிறேன். காணவில்லை, உதடுகளில் முத்தமிட்டேன், உன்னுடல் என்னைப் பரிகசிக்கிறதா? இல்லை, முத்தமிட்டேன். உன் தேகம் என்றதால்தான் இத்தனை பித்து என்றேன், அதில் பொய் இருந்தது. என் பொய்யை நீ இமைதாழ்த்தி ஏற்றுக் கொண்டாய்.
நிர்வாணத்தில் உறங்கி கண்விழித்ததும் நீ கண்டுபிடித்த காமுகன் தொலைந்து போயிருந்தான். உன் உடலுக்கு முன் தொழுதவன் இல்லை இவன். உன் நிர்வாணத்தை நீராக்கி அள்ளியெடுத்துப் பருகியவன் இல்லை இவன். ஆனால் உனக்கு அவனை ரொம்பப் பிடித்திருக்கிறதுதானே!

'ஆமாம்' என்று தலையசைத்தாய், நாம் காதலிக்கத் தொடங்கினோம்.
☆

கடந்த காலத்திற்குள் புக முடியும் என்றால், நான் உனக்கு அறிமுகம் ஆகாத காலகட்டத்தில் எல்லாம் உன்னைத் தேடி வந்து என்னை அறிமுகம் செய்திருப்பேன், சில காலம் சென்று நாம்தான் காதலிக்கப் போகிறோம் என்று உன்னைத் தயார்படுத்தி இருப்பேன். குழந்தையாய் உன்னைக் கையில் ஏந்தியிருப்பேன், குமரியாய் உனக்கு முதல் முத்தம் கொடுத்திருப்பேன், எதிர்காலத்திற்குள் புகுந்து இப்போதே
உன் வயதேறிய கரங்களைப் பிடித்திருப்பேன். எல்லா பருவங்களிலும் நீயே வேண்டுமென நிற்பதற்குப் பெயரென்ன சகி?

நான் உன்னிடம் கேட்டுக் கொண்டிருக்கிறேன்,
நீ குழந்தையாக இருக்கும்போது எப்படி இருந்தாய்?
சிறுமியாக இருக்கும்போது?
பதின்மத்தில்?
இருபதுகளின் மத்தியில்?
முப்பதுகளில் இறுதியில்?

கடந்து கைநழுவிப் போன காலங்களை உன் அந்தந்த பருவங்களின் புகைப்படங்களில் தேடித்தேடி தொலைய முயற்சிக்கும் பித்துக்கு என்ன பெயர்!
இப்போதைய நீதான் எல்லாவற்றையும் விட முழுமையாக இருக்கிறாய் தெரியுமா? இந்தக் காலத்தை கைநழுவ விடாமல் அள்ளியள்ளி பத்திரப்படுத்தும் ஆவேசத்திற்கு என்ன பெயர்! உன்னுடைய தருணங்கள் என்பவை எனக்கு மனப்பாடம் ஆகியவை.

இப்படியே வயதேறி சுருக்கம் விழுந்த கரங்களை நான் பற்றும் வரை என்னோடிரு.
★

நம்மை நாம்
பலகீனமாக உணரும் தருணங்களில் எல்லாம்
பிரியமானவர்கள் தள்ளித் தள்ளிப் போவதாகத்
தோன்றிக் கொண்டே இருக்கும்,
பலகீனமான தருணங்களில்தான்
பிரியங்களை அவதியவதியாகத் தேடுகிறோம்.
அத்தனை தேடலுக்கு
எந்த அன்பாலும் நேர்செய்ய முடியாது.
★

உன்னோடான ஓர் உரையாடலில்
கடைசிச் செய்தி
எனதாக இருக்கவே
பிரியப்படுகிறேன்.

பதிலே இன்றி கடைசியாக
அந்தரத்தில் தொங்கும்
உன் செய்தியைக் கண்டு
எனக்கு பரிவு மிகும்.

அதன் தனிமையை என்னால்
தாங்கிக்கொள்ள முடியாது.
★

எதைப் பற்றியும் கவலையின்றி
வாழ்ந்துவிடத்தான் ஆசை!
என்ன செய்வது?
எல்லாவற்றையும் நினைத்து
வருந்திக்கொண்டு
வாழத்தான் வாய்க்கிறது.
★

நற்கனவு

கனவில் நாம் மேகத்தின் பொதிக்குள் இருந்தோம், ஒரு சிறிய மேகத்தை தலையணை செய்து அதில் உன்னைப் படுக்க வைத்திருந்தேன், இரு கைகளையும் தலைக்கு மேல் உயர்த்திப் படுத்திருந்தாய், கருப்பு நிறத்தில் ஆடை அணிந்திருந்தாய், ஆடையின் நுனி ஓரங்களில் எல்லாம் மல்லிகைப்பூவை ஒட்டி வைத்துக் கொண்டிருந்தேன். வானத்தில் நட்சத்திரங்கள் எல்லாம் மல்லிகைப் பூக்களாகத் தான் இருந்தன, ஒவ்வொரு நட்சத்திரமாகப் பறித்தேன். மல்லிகைப் பூக்களுக்கு மணமே இல்லை, நான் குனிந்து உன் சரீரத்தை நுகர்ந்து பார்த்தேன்,

உன் கன்னத்தில் ரோஜா பூவின் வாசம்,

உன் காது மடலில் செவ்வந்திப் பூ,

அக்குளில் அல்லிப் பூ,

மார்புக் காம்பில் மல்லிகைப் பூ,

நாபியில் நித்யகல்யாணிப் பூ.

நீ என் முகத்தைப் பிடித்து நிறுத்தினாய். போதும் அதற்கு கீழ் போகாதே, அதற்கு மேல் எதுவும் செய்யாதே, நான் நிலையிழந்துவிட்டேன், என் வாசம் முழுவதையும் நீ அபகரித்து விடாதே! எனக்கு நான் வேண்டும். என்னைக் கொஞ்சம் மிச்சம் வை, மொத்தமாக எடுக்காதே! நான் எப்போதும் உனக்குரியவள்தான் என்றாய்.

உன் வாசங்களை எடுத்து உனக்கு ஆடையாகச் சூடிக் கொண்டிருந்தேன். நிர்வாணத்தின் மீது வாசங்களால் ஓர் ஆடை உடுத்தி இருந்த உன்னை அள்ளியெடுத்து அணைத்தேன்.

நாம் இருவரும் வெப்பத்தை உண்டாக்கிக் கொண்டிருந்தோம், வேண்டாம் போதும் விடு வெப்பத்தில் மேகம் கரையப் போகிறது என்றாய், சொன்னது போல மேகம் கரையத் தொடங்கி இருந்தது, "வேண்டாம் வேண்டாம்ன்னு சொன்னேன்ல. நீதான் கேட்கல" கோபித்துக் கொண்டாய்.

நாம் இரண்டு மழைத் துளிகளாகத் திரண்டோம். இரண்டு பெரிய மழைத்துளிகளாக விழுந்து கொண்டிருக்கிறோம்,
என்னருகில் நீ உன்னருகில் நான், உன்னைத் தொடுவதற்குத் தவிக்கிறேன். உன்னைத் தொட்டால் உன்னோடு வந்து கலந்து விடுவேன், இரண்டு பெரிய மழைத்துளிகள் சேர்ந்து இன்னும் பெரிய ஒரேயொரு மழைத்துளியாகி ஒன்றாகிவிடும்.
தொட வேண்டும் உன்னை. முடியவில்லை.
"இதனால்தான் இதனைத் தாங்க முடியாமல்தான் என்னைத் தொட்டுக்கொண்டே இருந்தாயாடா?" எனக் கேட்டாய்.
ஆமாம்!
எனக்கு நீ வேண்டும், எப்படியாவது என் அருகில் வந்துவிடு. இப்படியே தனித்தனியான துளியாக விழுந்து சிதறி அழிந்து போகச் சம்மதம் இல்லை.
நேரம் செல்லச் செல்ல நீயும் நானும் தள்ளித் தள்ளி விலகியபடியே இருந்தோம்.
நீ என் பெயரைச் சொல்லி அழைத்தாய், நான் உன் பெயரை.
நம் குரல்கள் மங்கி மங்கி கரைந்து கொண்டிருந்தன,
பெரிய மழைத்துளிக்குள் அழுதுகொண்டிருந்தேன்.
நீ இருக்கும் தொலைவுக்கு என்னால் வரமுடியவில்லையடி தங்கம்.
இருவரும் பூமிக்கு அருகில் வர வர இரண்டு துளிகளில் இருந்து பிரிந்து பிரிந்து கோடி தாரைகளாக மாறினோம், கடல் மேல் பொழிந்தோம்.
பொழிந்து பொழிந்து நாமே கடலானோம்,
கடலே இப்போது ஒரு மாபெரும் துளி.
நாம்தான் அலைகளாகக் கரைகளில் கட்டிப் புரண்டு கொண்டிருக்கிறோம்.
★

தன் திருமணப் பத்திரிகையை
தனிச் செய்தியாக ஒவ்வொருக்கும் அனுப்பிக் கொண்டிருந்தவள்,
தவறுதலாக மாப்பிள்ளைக்கும் அனுப்பிவைத்துவிட்டாள்.

"வாழ்த்துகள்" என்று பதில் வந்தது,

"அச்சோ தெரியாமல் அனுப்பிட்டேங்க" என்றாள்.

"அப்போ நான் உங்க கல்யாணத்துக்கு வர வேண்டாமா?"

எதிர்ப்பக்கம் உதட்டைச் சுழித்துக் கொண்டாள்.

"ம்ம்ம்... உங்களை ரொம்பவும் எதிர்பார்க்கிறேன்
என் கல்யாணத்துக்கு தாலிகட்ட வந்துடுங்க."

"நிச்சயம் வருகிறேன்,
முதலிரவு முடியும் வரைக்கும் உடன் இருக்கிறேன்."

"முதலிரவு முடிஞ்ச அப்பறம்?"

"அப்பறம் மறுநாளும் முதலிரவு வருமேங்க."

"அது இரண்டாவது இரவுங்க"

"அப்படிப் பார்த்தா முதலிரவே நாற்பத்தி மூன்றாவது இரவுங்க"

வெட்கிவிட்டிருந்தாள்.

"டேய் போடா. போயி கல்யாண வேலையப் பாரு, சும்மா உக்காந்து கதையளந்துட்டு இருக்கான்."

சட்டென அவள் வருங்கால மனைவியிலிருந்து
மீண்டும் காதலியாகிப் போயிருந்தாள்.
★

ஒவ்வொரு முறையும்
உன்னோடு பேசும்போது,
நாம் பேசுவதற்காக காரணிகள்
மிகச் சொற்பம் என்பதை
ஏற்றுக்கொள்ள முடியவில்லை.

ஒவ்வொரு முறையும்
உன்னோடு பேசும்போது,
எதிலோ ஆரம்பித்த கதை
எங்கோ போய் முடியும்.
அவ்வளவு பேசியிருக்க வேண்டிய அவசியமில்லை என்பது
பேசி முடித்த பிறகுதான் தெரிகிறது.

ஒவ்வொரு முறையும்
உன்னோடு பேசி முடித்த பிறகு
ஒரு பொட்டு அதிகமாகப் பேசிவிட்டேனோ
உன் நேரத்தைத் திருடிவிட்டேனோ
என்ற கவலை பீடித்துக் கொள்கிறது.

ஒவ்வொரு முறையும்
உன்னோடு பேசும்போது,
இதுவரை பேசாதிருந்த காலங்களுக்கும்
மொத்தமாகச் சேர்த்து
ஒரே முறையில் பேசிவிட முடியாதென்பதை
வலுவாக உணர்கிறேன்.

I am sorry.
★

பேச்சின் கச்சாப்பொருள்
தீர்ந்து
மௌனம் வந்து
நிரம்பிவிடக் கூடாதென்று
எதையெதை எல்லாம் பேசவேண்டுமென
மனதில்
குறிப்புகள் வைத்துக் கொண்டிருந்தோம்
அன்றொரு நாள்.

பேசி முடித்து
பேசாமல் மறந்தவற்றை
அடுத்த முறைக்கென்று
ஆவலாகக் காத்திருந்தோம்
அன்றொரு நாள்

சொல்ல ஆயிரமிருந்தும்
பகிர வேண்டிய யாவையும் மறைத்து
நாமே இன்று
மௌனத்தை இட்டு
இடைவெளிகளை
நிரப்பிக் கொண்டிருக்கிறோம்

அது
இன்னுமின்னும்
நம்மை தூரமாக்குகிறது.

இறுதியில் நாம்
இந்த அன்பின்
வெறும்
சாட்சிகள் மட்டும்தானா!
★

ஒருவர் வாழ்விற்குள்
என்னவாக அறிமுகம் ஆனாய்
என்பதெல்லாம் முக்கியமேயில்லை நண்பா,
மிக முக்கியமானது
என்ன நினைவை எஞ்சவிட்டு நீங்கினாய்?
போய்த் தொலைந்தால் பரவாயில்லை என்றா?
தேடப்படும் உயிராகவா?
நீ மீண்டும் மீண்டும் போய் நிற்பது
அன்பைப் புதுப்பிக்க அல்ல,
மறக்க முடியாமல் எஞ்சும்
ஓர் இனிய முடிவுக்குத்தான் தெரியுமா!
★

என்ன வேண்டும் உனக்கு?
"ஒன்றுமில்லை உன் கையால் ஒரு வாய் உணவு"

"சரி. செய்து கொண்டு வருகிறேன்"

"பாகற்காய்தான் வேணும்"

"ஏன். அவ்வளவு கசப்பானவளா நான்?"

"இல்லை, இனிப்பு கரைஞ்சு போயிடும்,
கசப்பு உள்நாக்குல தேங்கிக் கிடக்கும்
சுவை என்பது கசப்பு மட்டும்தான், மற்ற எல்லா சுவையும்
கசப்பை மறைக்கும் உப ஏற்பாடு. எனக்கு நீ கசப்பா வேணும்,
மறக்க முடியாத கசப்பு."

கசப்போடு வந்தாள். வந்ததுமே கண்டுகொண்டாள்.

"காலைல இருந்து நீ இன்னும் எதுவும் சாப்பிடல,
தண்ணி கூட குடிக்கலல்ல?
மணி என்ன ஆகுது பார், என்ன இது பைத்தியக்காரத்தனம்?"

"என் ஆதங்கமெல்லாம், என்னை இப்படியே இருக்க விடேன்
நான் உண்கிறேன், உண்ணாமல் இருக்கிறேன்
உன் ஒரு வாய் உணவுக்காகக் காத்திருக்கிறேன் என்னவும்
ஆகிறேன்
இந்த உண்மைகளை எல்லாம் நீ ஏன் கண்டுபிடிக்கிறாய்?
ஒரு வாய் கசப்பில் கண்கள் பொங்கி நின்றதைப் பார்த்தாய்தானே?
நல்லவேளை. நீ எதுவும் காரணம் கேட்கவில்லை.
பதில் தெரிந்த உன்னால் கேட்க முடியாதுதானே!"

பேச்சை வளர்த்துக் கொண்டே இருக்கிறேன்
பேச்சு முடிந்தால் போய்விடுவாய்.
"போகாதே என்னோடு வா..."

எனக்கு உன்னிடம் சொல்ல நிறைய இருக்கிறது
உடையும் குரலை கட்டுப்படுத்துகிறேன்,
“போகாதே...
சரி போ.”
அத்தனைக் கூட்டத்திற்கு நடுவிலும் எனக்கு நீ மட்டும்தான்
தெரிகிறாய்
உன்னை அணைத்துக் கொள்கிறேன்.

ஓர் அணைப்பு என்ன செய்யும்?
உள்ளங்காலில் வேர் பிடித்து மண்ணோடு மண்ணாக
அங்கேயே மரமாகி சமைந்துவிடச் செய்யும்.
வெடித்துப் போகுமளவு துடிக்கும் இதயத்தை
உன் மார்பழுத்தத்தில் அமைதிப்படுத்தும்.

போ
திரும்பிப் பார்க்காதே!
சொன்னாற்போல் நீ திரும்பிப் பார்க்கவில்லை
மாறாக நானுன் கண்ணிலிருந்து மறையும் வரை
நீ அதே இடத்தில் நின்று கொண்டிருந்தாய்.
எதற்கடி இதெல்லாம்? என்னடி பெயர் இதற்கு?
உன்னை விட்டு வருகிறேன் என்பது கசப்பு
என்னை விட்டுப் போகிறாய் என்பது கசப்பு
இரு உயிரின் கேவல் ஓலமாக ஒலிக்கிறது.
இவ்வளவு காதலோடு நாம் இணைந்தால் இறந்துவிடுவோம்
நாம் பிரிந்திருப்பதே நன்று.
நம்பிக்கொள். இது நல்ல சமாதானம்.

ஒவ்வொரு முறையும் ஒன்றைத்தான் யோசிக்கிறேன்
“இன்னும் ஒரு முறை
உன்னைப் பார்க்கும் வாய்ப்பை
இக்காலம் நல்கினால் தேவலை”
★

அம்மா அடித்துவிட்டாளென
முறையிடுகிறாள் மகள்
"நீ அழாத நான் அம்மாவை மிரட்டுறேன்"
அலைபேசி கைமாறுகிறது
"ஏன் அடிச்ச?"
"சேட்டை பண்றா"
"அடிக்காத"
"ம்ம்ம் சரி"
"அம்மாட்ட சொல்லிட்டேன் இனி அடிக்க மாட்டா"
"ம்ம்ம் சரி"
வென்றுவிட்ட களிப்பில் அம்மாவை முறைக்கிறாள் மகள்
அப்பாவிடம் மாட்டிவிட்ட கோபத்தில் திரும்ப முறைக்கிறாள் அம்மா
எந்த அம்மாவும் கணவனுக்குப் பயப்படுவதில்லை,
அப்பாவுக்குப் பயப்படுவதாக
அப்பா எனும் கவுரவத்தை மகளிடம் காப்பாற்றும்
இவள் கருணைக்குக்-
காதலென்றும் பெயரிட்டேன்.
★

நீ ஏன் திரும்ப அழைக்கிறாய்?
அடுத்த நொடியே நீ காணாமல் போய்விடுவாய்,
என் வாழ்விற்குள்ளிருந்து இல்லாமலாகி விடுவாய்.
தெரியும்.
ஆயினும் நீ ஏன் திரும்ப அழைத்தாய்?
முற்றத்து மழை நீர் காய்வது போல
என்னிலிருந்து இல்லாமல் போவது
உனக்கு எளிதாகவும் இருக்கிறது. ஆமாம்தானே!

பின் நான் ஏன் உன் அழைப்பை ஏற்றேன்?
ஒன்றுமே நடவாதது போல வெளிக்காட்டும் உன் பாவனைகள்
கொஞ்சம் கூட வருத்தமே இன்றி-
இயல்பாகப் பேசும் உன் சொற்கள் என்னைத் தைக்கின்றன.

நீ என்னைத் திரும்ப அழைத்திருக்கக் கூடாது.
சோகமயமாக இந்த அழைப்பை முடிக்க எண்ணமில்லை
உனக்குத் தர துயர் தோய்ந்த குரலே என்னிடம் உண்டு.
மகிழ்ச்சியாக இருக்கிறேன் எனும் -
பொய்யை இன்னும் எத்தனை நேரத்திற்கு
காப்பாற்றுவேனோ தெரியவில்லை.

உன் அழைப்பை நான் ஏற்றிருக்கக் கூடாது.
பேசிப் பேசி நேரம் செல்லச் செல்ல
நாம் யதார்த்த நிகழை மறந்துவிட்டோம்
பிரிந்துபோனதை மறந்துவிட்டோம். துயரை மறந்துவிட்டோம்.
ஏதோர் நொடியில் என் வழமையான குரலுக்கு மாறி
வழமையான சிரிப்பைச் சிரித்தேன்.
இதைக் கேட்கத்தான்
இத்தனை நேரம் காத்திருந்தேன் என்று
அழைப்பைத் துண்டித்தாய்.
'காதல்'.

★ கார்த்திக் (யாத்திரி) 63

வலுக்கட்டாயமாக
விரும்பச் சொல்வதைப் போல் வன்முறை,
வலுக்கட்டாயமாக மறக்கச் சொல்வதும்.

கவலைப்படாதே
நீ வேண்டாம் என்ற முடிவை
நான் எப்போதோ எடுத்துவிட்டேன்

இரு நீர்க்குமிழிகள்
ஈர்த்திணைந்து
ஒன்றாகிவிட்டதான இக்காதலை
உடைப்பதற்குத்தான்
ஆயுதங்களே இல்லை

"உன்னித்தனை காதலுக்கு
அப்படியென்ன செய்துவிட்டேன்?"
என்று கேட்பதை நிறுத்து.

ஏதாவது செய்தால்தான் காதல் வருமென்று
உனக்குக் கற்பித்தது யார்?

உன் மனப்புழுக்கம்.
நான் உன்னை
நினைத்துக் கொண்டிருப்பதால் அல்ல,
நீ என்னை
நினைத்துக் கொண்டிருப்பதால்.

மறக்கச் சொல்வதற்கு யாரும்
தேடி வரமாட்டார்களடி

மறக்க முடியாமல்தான் வருகிறார்கள்.
நம்மால் பிரியவே முடியாதா என்று
கேட்டுக்கொண்டே
உன்னைத் தொடர்புகொள்ளும்
அத்தனை சாத்தியங்களையும்
அடைத்துப் போடுவாய்.

ஒருபோதும் எனை மறக்காதே எனும்
சத்தியத்தை வாங்கிக் கொண்டு,
மார்புதைந்து அழுது,
கண்ணீரோடு முத்தமிட்டு,
சுவடேயின்றி பிரிந்தும் போகின்ற
குரூரங்களை நிகழ்த்தவல்லதே
காதல்.

”ஏண்டி போயிட்ட?” என்று
நீ மீண்டும் திரும்பி வரும் காலத்தில்
கேட்கமாட்டேன்.
ஏனெனில்
நீ என்னைக் காதலிக்கிறாய்.
★

வாகனக் கண்ணாடியில்
முதலில் விழுந்த மழைத்துளி
வழுகி
அமைத்த பாம்புப் பாதையில்தான்
பின்வரும் அத்தனை துளிகளும்
நெளிந்து நெளிந்து இறங்கும்.
வறண்ட நிலத்தில்
பாதைமாறாமல்
புதுநீர் ஓடிவருவது
அதன் ஞாபக மிச்சத்தால்
உன் முன் வந்து
நான் இப்போது நிற்பதற்கு,
குறிப்பிட்டுச் சொல்ல
எந்தக் காரணங்களும் இல்லை.
★

யாரையும் விஞ்ச அல்ல,
கூடுமானவரை
வாழ்வதற்கே முயல்கிறேன்.
★

போ என்றால்
போய்விடுவதைத் தவிர
வேறு காதல் எனக்குத் தெரியாது!
என்னை வேண்டாம் என்பதற்கு
உன்னை
இத்தனை பிரயத்தனப்பட
வைத்ததற்குத்தான்
நான் வருந்திக் கொண்டிருக்கிறேன்.
i am sorry.

★

மனைவியையும் மகளையும்
பாப்பா என்றுதான் அழைக்கிறேன்,
ஒரு பாப்பாவில்
எந்தப் பாப்பாவை அழைக்கிறேன் என்று
இரண்டு பாப்பாக்களுக்குமே தெரிந்திருக்கிறது.

★

கார்த்திக் (யாத்திரி)

மறத்தல் போலி:- I

பதின்ம வயது நாயகனும் நாயகியும் பழகிப் பின் விலகி வருடம் கழிந்து மீண்டும் சந்திக்குமாறு காட்சிகள் கொண்ட எல்லா திரைப்படங்களிலும் நாயகன் மட்டுமே நாயகி மீதான பிரியத்தைத் தூக்கிச் சுமப்பவனாக இருப்பான், நாயகியோ சிறுவயது நினைவுகள் எதுவுமே இல்லாத புதிய ஒருத்தியாக இருப்பாள். அவளுக்கு நாயகன் குறித்த அபிப்ராயங்களே இருக்காது. அச்சோ, இத்தனை காதல் கொண்ட நாயகனைப் புறக்கணிக்கிறாளே என்று நமக்கு நாயகன் மீது பரிவு வரும்.

ஒரு பெண் கல்வி கற்றால், புதிய இடங்களுக்குச் சென்றால், அறிவைப் பெருக்கிக் கொண்டால், பழகியவர்களை மறந்து போய்விடுவாள் என்பது ஆண்களுக்கு இருக்கும் தீராத நம்பிக்கை. அந்த நம்பிக்கையின் அடிப்படையில்தான் இவர்கள் இப்படியான பாத்திரங்களை வடிவமைக்கிறார்கள்.

★

மறத்தல் போலி:- 2

நிஜமாக பெண்காதல் நாம் நினைப்பதைக் காட்டிலும் ஸ்திரமானது. அதனை மிகச் சரியாக உள்வாங்கிக் கொள்ள முடியாமல்தான் அநேக காதல்கள் அவளுக்கே வலியைத் தந்து முடிகின்றன.

மிகச் சாதாரண ஏதோ ஒன்று. ''இதுக்கு ஏன்டி இவ்வளோ உணர்ச்சிவசப்படற?'' ''இது சாதாரண விஷயம்தான? இதுக்கு ஏன் இவ்வளோ வலி, வேதனைல இருக்க?, ஏன் கோபிக்கிற?'' என்பதுதான் ஆண்களுக்கு இருக்கும் தலையாய கேள்வி,

பதில் இதுதான்.

ஆண் தரும் சின்னச் சின்ன வலிகளையும் அதன் உச்சம் என்னவாக இருக்குமெனக் கற்பனை செய்து இதற்கு மேல் வலிக்க முடியாதபடிக்கு முழுமையான காயத்தையும் பெண்கள் அனுபவித்து விடுகிறார்கள். அவர்களின் பெரும்பான்மை வலிகள் எல்லாம், "ஒருவேளை இப்படி ஆகிவிட்டால் என்னாகும்?" என்ற கற்பனைதான்.

ஒன்றின் வலியை அதன் உச்சத்தில் கற்பனித்து முழுமையாக எடுத்துக் கொண்ட பிறகு அதே போல காதலன் வருங்காலத்தில் செயல்பட்டாலும் அது அவர்களைப் பெரிய அளவில் பாதிக்காது. ஏற்கனவே பழகிய வலியாக இருக்கும். பெரிய பெரிய தவறுகளை அதனால்தான் எளிதில் மன்னிக்கிறார்கள், அதனால்தான் சிறிய சிறிய தவறுகளை பெரிய அளவில் கற்பனை செய்து கோபப்படுகிறார்கள். வலிகளை அனுபவித்துத் தீர்த்துக் கொள்கிறார்கள். வலியும் கோபமும் தீர்ந்த பிறகு அன்பு மட்டுமே எஞ்சி இருக்கிறது அது ஸ்திரமான ஒன்றாகவும் ஆகிவிடுகிறது. சமயங்களில் இத்தனை ஸ்திர காதலுக்கு நான் ஒன்றுமே செய்யவில்லையே என்று ஆண் திணறி நிற்கிறான்.

ஆம், அவள்தான் எல்லாமும் செய்கிறாள்.

பெண்ணன்பின் அம்சங்கள் புரியும்போது அவளை இன்னுமின்னும் காதலிக்கத் தொடங்குவாய். பணிவாய், சரண்புகுவாய், அவளுக்கென்று மாய்வாய்.

வாழ்க.

★

கலவி முடிந்த பிறகு நீ சொல்லும்
"ரொம்ப மோசமானவன் நீ"
என்பதில்தான்
நான் எவ்வளவு நல்லவன் என்பதே தெரிகிறது.

இனி பக்கம் வராதே என
கட்டளைப் பிறப்பித்தது நீ.
பிறப்பித்த கட்டளையை
அரைமணித்தியாலம் கூட
காப்பாற்ற முடியாமல் போய்
முகம் மூடிக் கிடப்பதும் நீ!

எழுந்து கிழுந்து
கண்ணாடி பார்த்து விடாதே
இப்போது இம்முகத்தில் குடியிருப்பவள்
உன்னால்
தாளவொண்ணா அழகி.

மூன்றாவது முறை
இணைசேர்ந்த பிறகு கேட்கிறாய்.
"டேய் நான் கெட்ட பொண்ணாடா?"
இல்ல –
என்னால் கெட்ட, பெண்.
★

மிகப் பத்திரமாக
உனக்குள் இருந்த உன்னை
நான்தான் கண்டுபிடித்தேன்.

உனக்குள் இருந்த காதல்
உனக்குள் இருந்த காமம்
என்னால்தான் உயிர்கொண்டது.

தெரியுமெனக்கு
இது அளப்பரிய அன்பு.
அதனால்தான் நீ அஞ்சுகிறாய்.

இந்த அன்பு
இல்லாது போகும் நாளில்,
நான் இந்த அன்பைக்-
குறைத்துக் கொள்ளும் நாளில்,
இந்த அன்பில் இருந்து
நான் வெளியேறும் நாளில்,
உனக்கு வாழத்தெரியாது.

பெருமழையில் பொதுமிப் போகாத
தாவரமாக கூடவே இரு,
பார்த்துக் கொள்கிறேன்.
★

வலிவிரும்பிகள்

ஒரு சிலரின் வாழ்வே வலியை மையப்படுத்திதான் இயங்குகிறது. அவர்கள் அளவு கடந்த அன்பொன்றை தரிசிக்க ஏங்கிக் கொண்டே இருக்கிறார்கள். அந்த ஏக்கம் தணிந்து போவதில் அவர்தம் மனதிற்கும் உவப்பில்லை. எத்தனை பெரிய அன்பைக் கொண்டு வந்து கொட்டினாலும் அதனுள் ஒரு போதாமையைக் கண்டுபிடித்து அது கிடைக்கவில்லையென ஏங்குமாறே வடிவமைந்திருக்கிறார்கள். நினைத்தது போலவே எல்லாம் பூரணமாக அமைந்த அன்பொன்று வாய்த்துவிட்டால் அதற்குள் இருந்து வெளியேறிப் போகவே எத்தனிப்பார்கள். இவர்கட்கு வலிக்குள் இருந்து கிடைக்கக்கூடிய சொற்ப நேர நிவாரணம்தான் தேவையே தவிர நிரந்தரமான நிம்மதி அல்ல.

“நீ வா, அன்புசெய், விட்டுச்செல். அழுகிறேன் தொழுகிறேன். இந்தத் துயரைப் பற்றிக்கொண்டு வாழ்கிறேன். அதல்லாது நீ என்னிடமே இப்பூரண அன்போடு தங்கிவிட்டால் உன்னை வைத்துக் கொண்டு என்ன செய்வதென எனக்குத் தெரியவில்லை. நமக்குள் எல்லாம் சரியாக இருப்பதே பெரிய குறை. சமதள மணற்பரப்பில் சத்தமின்றி ஓடும் நீரென இந்தக் காதல். இது எனக்கு வேண்டாம், கற்களும் பாறைகளும் பள்ளத்தாக்குகளும் வேண்டும். கற்களை உருட்டி இசையெழுப்பி பள்ளத்தாக்கில் அருவியாகி மனம் கனத்து நிறையும் ஒரு காதல், பூரணத்துவத்தில் வாய்க்காது.
நீ இரு
எட்டியும் எட்டாமலும் இரு
தொடமுடிந்தும் தொடமுடியாமலும் இரு
கிடைத்தும் கிடைக்காமலும் இரு
மொத்தமாகத்தான் உன்னைக் கேட்பேன். ஆனால் ஒரு விள்ளல் மட்டும்தான் உன்னிடமிருந்து எனக்குக் கிடைக்க வேண்டும்.”

எப்போதும் நாம் அன்பினால் வலி கண்டவர்களாகவே இருக்கப் பிரியப்படுகிறோம். ஓர் அன்பு எத்தகைய தீவிரத்தோடு கிடைத்தாலும், "இல்லை. இது நீ எதிர்பார்த்த அன்பு இல்லை" என்று நம்மை நாமே நம்பவைத்துக் கொண்டே இருக்கிறோம். "இதுதான் நான் நினைத்த அன்பு" என்ற ஒன்றைக் கண்டுவிட்டால் அது அதே உயரத்தில் தங்கி இருக்காது என்பதை அறிவோம், ஆக அதனைக் கண்டடையவும் செய்யாமல் அதற்கான தேடலில் இருப்பதையே விரும்புகிறோம். வலி போல் அன்பை உணர்த்துவது வேறொன்றில்லை. ஓர் அன்பை வலிகளின் மூலமாகத்தான் வாழவைத்துக் கொண்டிருக்கிறோம்.

அன்பு போதவில்லை என்று அழுதுகொண்டிருப்பவர் சொல்வது, இந்த அன்பை இழந்து விடக்கூடாதெனும் பதற்றத்தை. அதனைச் சொல்வதற்கு அவர்கட்கு மொழியில்லை.

★

எனக்கும் ஆசைதான்
உன் செய்திக்கு காத்திருக்காமல்
உன் அழைப்பை பொருட்படுத்தாமல்
உன் வருகைக்கு ஆர்வம் காட்டாமல்
உன்னை இயல்பாய் எதிர்கொள்ள

எனக்கும் ஆசைதான்
உன் மீதான பிரியத்தை ஒளித்து வைக்க
பொங்கிப் பெருகும் காதலைத் தவிர்க்க
உன் நலத்தை யாசிக்கும் வேண்டுதலைக் கடக்க
உன் தனிமைக்குள் உன்னைத் தனியாகவே விட்டுவிட.
அப்படித்தான் ஆகிறதா என்ன!
அன்பை மறைத்து உள்ளங்கைகளுக்குள்
பொத்தி வைத்திருக்கிறேன்
விரல்களின் இடைவெளியில் ஒளியாய்க் கசிந்து
எனை மீறி வெளிப்பட்டவற்றுக்கே நீ மிரண்டு விடுகிறாய்
பன்னெடுங்காலமாக உன்னை எனக்குத் தெரியும்
பன்னெடுங்காலமாக உன்னை எனக்குப் பிடிக்கும்.

எவ்வளவு பிடிக்கும் தெரியுமா?
இதோ உன்னோடு பேசாமல் இருக்கிறேனே
அவ்வளவு பிடிக்கும்.

பேசாமலிருப்பது
கோபித்துக் கொண்டல்ல
மனம் வருந்தியல்ல.

பேசாமலிருப்பது
என்னைத் தவிர்க்கும் வாய்ப்புகளை
உனக்குத் தருவதற்கு.

★

இவ்வன்பை நீ
அந்தரத்தில்
ஆடவிட்டிருக்கும் போது,
கோரிக்கைகளுக்கு
செவிமடுக்காதபோது,
லாவகமாக நீ என்னை
நிறுத்தி வைக்கும்போது,
தோன்றும்
நான் நீயாகவும், நீ நானாகவும் பிறந்திருக்கலாம் என்று.

"ஏன்?
நீ நானாக இருந்தால் என்னைப் போலில்லாமல்
எல்லா கோரிக்கைக்கும் செவிமடுத்துவிடுவாய். அதானே!?"

இல்லை.
என் காதல் எத்தனை பவித்ரம் என்று
எனக்குத் தெரியும்,
அதனிடம் இருந்தே நீ தள்ளிப் போகிறாய் என்றால்,
அதனிடமே நீ எச்சரிக்கையாக இருக்கிறாய் என்றால்,
எத்தனை முட்களால் தைக்கப்பட்டிருப்பாய்!

நான் சுகவாசி
என் வாழ்வே சுகங்கள் நிறைந்தது.
நீ நானாகப் பிறந்துகொள்.
என் எல்லா சுகங்களையும் நீ எடுத்துக்கொள்,
நான் நீயாகி
உன் எல்லா துயர்களையும்
வாங்கிக் கொள்கிறேன்.
ஐ லவ் யூ.
★

கார்த்திக் (யாத்திரி)

அழுத்தமான பார்வைக்கே அதிர்ந்து
தன் அல்லிவட்டங்களை உதிர்த்து விடும்
மலர்தான் இப்பிரியம் இல்லையா!

சொற்ப பாகை வெப்பத்திற்கே பொசுங்கி விடும்
மெல்லிழைத்தாள்தான் இப்பிரியம் இல்லையா!

உன் மனம் செல்லும் திசைகளை நான் அறிவேன்.
ஒரு மௌனத்தில் நீ சொல்ல மறுக்கும் செய்திகளை நான்
அறிவேன்.
ஒரு சொல்லுக்குள் நீ சொல்லாமல் மறைக்கும் செய்திகளை நான்
அறிவேன்.

ஒரு சொல்லுக்கே தாங்காத பிரியங்கள் திணறி விடுகின்றன
நீ ஏனடி இதைச் சொன்னாய்?
நீ ஏனடி இதைச் செய்தாய்?
இதற்காகவெல்லாமா நான் உடைவேன்? என்றால்
ஆம்! உடைவேன்.

உனக்குத் தெரிந்த நான் என்பவன்
நன்மையின் வடிவம்,
உன்னருகில் அவ்வளவு நன்மைகளோடும் இருப்பதால்தான்
இதற்கெல்லாம் உடைகிறேன்.

வைத்த அன்பிற்கு அழியத் தெரியாது
தன்னைத்தானே வதைக்கத்தான் தெரியும்.

விடு
நானே நடத்தும் ப்ரிய நாடகத்தில்
உனக்கொரு பங்கும் இல்லைதான்.

அதுவே உடைந்து அதுவே சீர்படுத்தும்
தனியான அவஸ்தைக்குத்தான்
இந்தக் காதல்.
★

உன் மீதான ஈர்ப்பை
ஒருபோதும் தீர்ந்துபோக விடாமல்
நான் உன்னைக் காலத்தில் உறைய வைப்பேன்.
உன் பெயர் எப்போதும் எனக்கு
இதே இசைக்குறிப்பைத்தான் கொண்டு தரும்.
நிகழ் யதார்த்தங்களைச் சொல்லி
பட்ட அனுபவங்களை வைத்து
"அதெப்படி முடியும்?" என்றெல்லாம் வினவாதே
முடியுமென்றால் முடியும்.

நேற்றைய உன் பரிவுகளை
நேற்றைய உன் கோபங்களை
நேற்றைய உன்னை
நேற்றோடு விட்டுவிட்டு
இன்றைக்கு வருகிறேன்

நீ என்பவள்
எனக்கு
நித்தம் புதியவள்.

புதிது புதிதாகப் பிறக்கும்
உன்னில்
தீர்ந்து போவதேதடி
நித்தியபூரணி.
★

உன் அன்பிற்குள் இருந்து
என்னை நீ வெளியேற்றிவிடவே
கூடாதென என்றைக்குத் தோன்றியதோ,
அன்றிலிருந்து
இந்தக் காதலின் அளவை
அதிகப்படுத்தினேன்.
முக்கியத்துவங்களைக் கூட்டினேன்.
அன்றிலிருந்துதான்
நீ என்னை விட்டு
விலகவும் தொடங்கினாய்.
★

கொஞ்சம் அன்பைக் கோருகிறார்கள்
அவ்வளவுதானே என்று தோன்றும்.

உயிரையே உருவி கையில் தந்தாலும்
அந்த கொஞ்சம் என்பதை நிரப்பவே முடியாது.
★

ஒரு காதலை
நீ புரிந்துகொள்ளாதது
போல நடிக்கிறாய்.
நான் வெளிக்காட்டாதது போல நடிக்கிறேன்

உன்னை வெல்ல முடியாமல் நான் தோற்றுத் திரும்பும்
நாளுக்குக் காத்திருக்கிறாய் நீ
என்னைத் தள்ள முடியாமல்
நீ வெறுப்பைச் சொல்லும் நாளுக்குக் காத்திருக்கிறேன் நான்

எனக்குத் தெரியும் உன்னால் என்னை வெறுக்க முடியாது,
உனக்குத் தெரியும் உன்னை விட்டு என்னால் போகமுடியாது,

எதிரெதிராய்
அறிவின் முனைகொண்டு
சமர் செய்கிறோம்.

ஆயுளை இப்படித்தான்
தீர்க்கப் போகிறோமா நாம்!
★

அவசியத்தேவைகள்

உன்னருகில்
நீண்ட நெடுந்தூரப் பயணம்,

வழியெங்கும் பற்றிக்கொள்ள
உன் உள்ளங்கை,

ஊர்பேர் தெரியாத இடத்தில்
ஒரு கோப்பை தேநீர்,

பறவைகள் கழுத்தைப்
பின்னிக் கொள்வது போல
ஆத்ம அணைப்பு

திருத்தமான
உன் புருவத்தை நீவியபடி
குற்றமற்ற ஓர் இதழ்முத்தம்

மற்றும்
"என் வாழ்வில்
நீ முன்னமே வந்திருக்கலாம்தானே?"
என நீ சொல்லும் சொற்கள்.
★

கார்த்திக் (யாத்திரி)

அன்பாயிருத்தல் ஒன்றும் அத்தனை அழகிய செயலல்ல,
நிஜமாக அன்பென்று நாம் ஒருவர் மீது செலுத்துவதெல்லாம்
அவர்கட்கு சுமைதான்.

ஓர் அன்பை மரியாதை செய்ய வேண்டும் என்பதே
அவர்கட்கு பெரும் வாதை.
ஓர் அன்பை காயப்படுத்தாமல் இருக்க வேண்டும் என்பதே
அவர்கட்கு பதற்றம் சூழ்ந்தது

ஓர் அன்பைப் பெற்றுக்கொண்ட பின்
அன்பிற்கு கடனாளியாகிவிடுவது, அவர்களது நிம்மதியைப்
பறிக்கவல்லது.
அப்படி நிம்மதியைப் பறிப்பதின் வழிதான்
நாம் நம் அன்பின் மேன்மையை உணர்த்த விரும்புகிறோம்.

பொறுத்துப் பொறுத்துப் பார்த்து அன்பை அவர்கள்
அவமானப்படுத்தும்
ஒரு நாளுக்குக் காத்திருக்கிறோம்
இந்த அன்பு வேண்டாம் போ என்று அவர்கள் எடுத்தெறிந்து
பேசும் ஒரு நாளுக்குக் காத்திருக்கிறோம்

அன்று மனமுடைந்து அழுது
உடைந்த மனத்தைக் காட்டிக் காட்டிப் பாவமாக நிற்கிறோம்.

பாவங்கள் ஒருபோதும்
அன்பைப் பெற்றுத்தராது என்றறிந்ததும்
அன்பின் மீது கசப்பு படிந்து சாத்தானாகி விடுகிறது.
விரும்பியவர்களை வெறுக்கத் தொடங்குகிறோம்.
ஆரம்பத்தில் இருந்தே அவர்களை நாம்
வெறுத்துக் கொண்டுதான் இருந்தோம்
என்பதை
யாரும் அறியாமல்
மிகக் கவனமாக மறைக்கிறோம்.
★

உன்னைக் காணாமல்
தேடிவிட்டேன்தான்.

ஒரு miss you
ஏன்டி போன என்று முறையிடுமோ,

ஒரு miss you
போகாதே என உன்னிடம் மன்றாடுமோ,

ஒரு miss you
உன் மீதான என் பலகீனத்தைக்
காட்டிக் கொடுத்துவிடுமோ,

என்றெல்லாம் பயந்து
ஒரு I miss youவினை
எழுதி எழுதி அழிக்கிறேன்.

நீ
இருந்தாலும் பரவாயில்லை
இல்லாவிட்டாலும் பரவாயில்லை என்று
அத்தனை திடமாக
எனக்கு நடிக்கத் தெரியவில்லைதான்.

ஆனால் அப்படி இருந்தால்தான்
நீ என்னோடு இருப்பாய்.
சரி போ!
உன் இன்மை
என்னை ஒன்றும் செய்யவில்லை.
★

வேண்டாமெனும் மனங்களில் இடம்பிடித்து
ஆகப்போவது ஒன்றுமில்லை.

பொருந்தாத இடங்களுக்குள் புகுந்துகொள்ள
தன்னைத்தானே வருத்துவதை விட்டொழி.

அசௌகர்யங்களோடு
வாழ்வதற்கல்ல வாழ்வு.
★

பொரித்துவிடவே கூடாதென
முட்டையை அடைகாக்கும் பறவை நாம்
ஒவ்வொரு முறையும்
உன்னையறியாமல்
நீ என்னருகில் நெருங்கி வருந்தோறும்,
ஒவ்வொரு முறையும்
உன்னைக் காணாமல் நான் தேடுந்தோறும்
முட்டையின் ஓட்டில் விரிசல் விழுகிறது
நமக்கு நிறைய காலமில்லை
இன்னும் ஒரு பெருமூச்சுதான் மீதமிருக்கிறது,
அன்பின் துடிப்பை ஏற்கப் பழகு.
★

காதலின் அடிப்படைகள்

1

அன்பிற்கு ஏங்கித் தவிக்கும் ஒரு பாவப்பட்ட ஆத்மாவாக உங்களை நீங்கள் கருதிக் கொள்ளாமல் இருக்க வேண்டும். அச்சோ பாவமென்ற பரிதாபத்தில் ஒரு காதல் உண்டாகாது.

2

காதலிக்கிறேன் என்பது அப்பறம். முதலில் உன்னை எனக்குப் பிடிக்கும் என்று சொல்வதற்கான திடம் வேண்டும்.

3

ஒருதலையாகக் காதலிக்கும்போது கற்பனையில் நீங்கள் இருவரும் இணைந்து வாழ்வது போன்ற சூழல்களை உண்டாக்கி அதில் திளைப்பீர்கள். அதன்வழி அவர் மிக நெருக்கமான மிக உரிமைப்பட்ட ஒருவராக மனதில் பதிந்துபோயிருப்பார். எனவே அவரது சின்னச் சின்ன சொற்களும் செயல்களும் அதீதமாக உங்களைத் தாக்கும். அதற்கு மகிழவோ துன்பமுறவோ கூடாது.

4

எப்போதும் உன் மீது காதலில் கசிந்துருகிக் கொண்டே இருக்கிறேன் போன்ற பாவனைகளை விட்டொழியுங்கள். காதல் ஒரு போதும் அதன் உச்சத்தில் திகழ்ந்து கொண்டே இருக்காது, அவ்வப்போது வரும் போகும் என்ற அளவிலேயே காதல் இருக்கும்.

உன்னைக் காதலிக்கிறேன் என்றால் ஒருநாளின் எல்லாப் பொழுதுகளிலும் 24 மணி நேரமும் உன்னைக் காதலித்துக் கொண்டிருப்பேன் என்று பொருளல்ல. ஆனால் நாம் 24 மணி நேரமும் உன்னைக் காதலித்துக் கொண்டுதான் இருக்கிறேன் என்று வெளிக்காட்டிக் கொண்டே இருக்க விரும்புகிறோம். ஏனெனில் அஞ்சுகிறோம். இந்தக் காதலில் இருந்து

அவர்கள் பின்வாங்கி விடுவார்களோ என்று அஞ்சுகிறோம். நீ என்னை விட்டுப் போகவே கூடாது என்பதற்காக நான் உன்னை எத்தனை எத்தனை காதலிக்கிறேன் பார் என்று அறிவித்துக் கொண்டே இருக்கிறோம். அதோர் பாவனை என்று நமக்கே தெரிந்தும் இருக்கிறது. பாவனையின் மூலமாக அவர்களைத் தக்கவைத்து விடமுடியும் என்று நம்புகிறோம். இறுதியில், 'நாம் காட்டிய பாவனைதான் நிஜம், நான் உன்னை எந்நேரமும் காதலித்துக் கொண்டுதான் இருந்தேன்' என்று நம்பவும் ஆரம்பித்து விடுகிறோம். 'நீதான் அப்படி என்னைக் காதலிக்கவில்லை' என்று கோபப்படத் தொடங்குகிறோம்.

பாவனைகளை விட்டொழியுங்கள். எந்நேரமும் காதல் கசிந்துருகாது என்பதை உணருங்கள். சில பொழுது காமம் பொங்கும், சில பொழுது அன்பு பெருகும், சில பொழுது சும்மா பேசிக்கொண்டிருக்கத் தோன்றும், சில பொழுது வெறுப்பும் கோபமும் மட்டுமே இருக்கும், சில பொழுது எந்த உணர்வுமே இருக்காது. வெறுமையாக இருக்கும். வெறுமையான பொழுதுகளை, 'என்னாச்சு? என்னாச்சு?' என சீண்டாமல் இருக்கப் பழகும்போதுதான் ஒரு காதல் அதன் தன்னியல்பில் இருந்து மாறாமல் இருக்கும்.

★

கனவு தேவதை

உன்னைப் போலிருக்கிறார்கள் என்று நான் சொன்ன எல்லோரும் திசைக்கொன்றாக வேறுபட்டவர்கள், உருவத்தில், நிறத்தில், குணத்தில், பாவனையில், ஒருவருக்கொருவர் ஒரு தொடர்பும் இல்லை.
மிகப்பிடித்த சிறுகதைக்குள் மிகப்பிடித்த நாயகியாக நீதான் இருந்தாய், மிகப்பிடித்த நடிகைகள் ஏதோர் சாயலில் ஏதோர் அசைவில் உன்னை உண்டாக்குகிறார்கள். உனக்கு நான் எனக்குப் பிடித்தாற்போல உருவம் தருகிறேனோ! உருவம்தான் எல்லாமுமா? தோற்றம்தான் எல்லாமுமா? என நான் குழம்பிய அன்று நீ கனவுக்குள் வந்தாய். அங்கு உனக்கு உருவங்களே இல்லை. நீ என்ற எண்ணம் மட்டுமே மீந்திருந்தது. வெறும் எண்ணம். எண்ணமாக ஒளிர்ந்து கொண்டிருந்த உன்னருகில் அமர்ந்துகொண்டேன்.
அதன்பிறகு,
ஒரு பாடல் உன்னைப் போலிருந்தது,
தளிரிலை உன்னைப் போலிருந்தது
மழையின் தாரைகள் உன்னைப் போலிருந்தன
விடிகாலைச் சூரியன் உன்னைப் போலிருந்தது
அத்துவானத்து நிலா உன்னைப் போலிருந்தது
இவ்வையத்தில் அழகென்று எதெல்லாம் உண்டோ அதெல்லாம் உன்னைப் போல்தான் இருக்கும்.
ஒருநாள் உன் வருகை தவறினால், என்னமோ ஏதோவென மனம் மிரளும். உனக்கொன்றும் ஆகிவிடாது என்பது நம்பிக்கை. ஆகக்கூடாது என்பது ஆசை. உணவைத் தொடுகையில் உன் ஞாபகம், 'இப்போது நீ சாப்பிட்டு இருப்பாயா?' என்ன இது திடீர் அக்கறை, இதற்கு முன் ஒருநாளும் இதையெல்லாம் நான் விசாரித்துக் கேட்டதே இல்லையே! எத்தனை நாட்களுக்கு கேட்டுவிடுவேன்? எத்தனை நாட்களுக்கு கேட்கத் தோன்றும்? கேட்டுக்கேட்டு ஒருநாள் கடமைக்கு கேட்பது போல

ஆகிவிடுமோ! யோசித்து யோசித்து, "சாப்ட்டியா?" என்ற கேள்வியின் விரலைப் பற்றியபடி நடந்துகொண்டிருக்கிறேன், அதன் விரலை விடுவித்து உன்னிடம் அனுப்பி வைக்க எத்தனை தர்க்கங்கள்! அன்பிற்கு அறிவுதானடி சத்ரு! முன்னமே கேட்டிருக்க வேண்டும்தான், முன்னே என்றால் எப்போது? நேற்றா? போனவாரமா? போனமாசம்? வருடம்? "நீ பிறந்த போதிலிருந்து!"

பிறந்ததும் உன் முதல் அழுகை எனக்கு வேண்டும், நீ குப்புற விழுந்த முதல் நொடி, தத்தி நடந்த முதல் அடி, பேசிய முதல் சொல், பாசிப் பற்கள், பட்டுபாவாடை சிறுமி, பருவமெய்திய போதான உன் பதற்றம். முதல் காதல், முதல் பிரிவு, முதல் கண்ணீர். எல்லாமே உன்னில் பவித்ரம். அதத்தனையும் காண உன்னிடம் கேட்டு நிற்க வேண்டும், இந்த தேவதையை போகச் சொல்லிவிட்டு கனவுக்குள் நீ வாயேன்.

★

நான் செத்தாக் கூட உனக்கு அழுகை வராதுல்ல
என்றுதான்
புலம்பிக் கொண்டிருந்தான் அவன்.

இறுதியில்
அன்பென்று நாம் வேண்டுவதெல்லாம்
ஒரு சிறிய கரிசனத்தையும்
தனக்காகச் சிந்தும் ஒரு பொட்டுக் கண்ணீரையும்தான்
இல்லையா!
★

முன்னாட்களின் வசீகர மிச்சங்கள்

சித்திரைத் திருவிழாவில்
கைகளில் தீச்சட்டி ஏந்தி,
வெம்மை பட்டுவிடக்கூடாதென
முகம் உடலெல்லாம் சந்தனம் அப்பி
சாமியாடி
வந்து கொண்டிருந்தாள்.

ஒருகணம்... ஒரேயொரு கணம்...
அம்மனின் உக்கிரத்தில் இருந்து
இறங்கி
நட்சத்திரம் மினுங்கும் கண்களோடு
கன்னத்தில் காய்ந்த சந்தனம்
பாளமாய் வெடிக்கப்
புன்னகைத்தாள்

அச்சிறு சிரிப்பு
எனக்கானது.
அச்சிறு சிரிப்பில்
அம்மன் எனக்கானவள்.
★

கார்த்திக் (யாத்திரி)

இப்போதெல்லாம்
உனக்கான முக்கியத்துவத்தை
நான் குறைத்துக் கொண்டேன்.

நீ வந்து பேசவில்லை என்றால்
வருத்தப்படுவதில்லை,

உன்னைக் காணவில்லை என்றால்
தேடுவதில்லை,

உன்பொருட்டு எதுவும்
என்னைத் தாக்குவதுமில்லை.

இதைச் சொல்லத்தான்
இப்போது வந்தேன்.

இதைச் சொல்லத்தான்
நாளையும் வருவேன்.
★

நீ சந்தித்த ஆண்களில்,
நான் வேறுபட்டவன்.

நான் சந்தித்த பெண்களில்,
நீ வேறுபட்டவள்.

என்றெல்லாம்
எண்ணிக்கொண்டு
நித்தம் அதனை நிரூபிக்கும்
முயற்சிகளில் சோர்ந்து

அப்படியெல்லாம் இல்லை
இருவரும் சாதாரணமானவர்கள்தான்
என்றுணரும் நாளில்

எல்லோரையும் போல்
நாம் காதலிக்கத் தொடங்கியிருப்போம்.
★

எல்லாம் பார்த்துக் கடந்தாச்சு

எதிர்பாலிடம் பேசும் ஆர்வம்
கண்விழித்த செய்திப் பரிமாற்றம்
மணிக்கணக்கான உரையாடல்
காதலின் குறுகுறுப்பு
தோள் உரசல்
தொடுகை

வாழ்வின் கடைசி வரைக்கும்
கூட்டிச் சென்றுவிடத் துடிக்கும்
ஆவேசம்

எங்கும் போய்விட மாட்டேன்
எனத்
தரப்பட்ட வாக்குறுதிகள்

எதுவும் காரணமின்றி
தாமாகவே
குறைக்கப்பட்ட பேச்சுகள்
தொடர்பறுந்து போன எண்கள்
பேசு பேசு எனக் கதறிய கணங்கள்
திரும்பி வந்துவிடு எனத்
திணறிய இரவுகள்
நிறுத்தமாட்டாத கண்ணீர்ப் பொழுதுகள்
மறந்து போன முகங்கள்

விட்டுப் போன மனிதர்கள்
தொலைந்து போன காலங்கள்

எல்லாம் சேர்ந்து
என்னைப் பக்குவப்படுத்தி விட்டதாக
நம்பிக் கொண்டிருந்தேன்

இதோ இப்போதுன்னைக்
கண்டிருக்கிறேன்.

தெரியும்தான்.
எதுவும் அதன்
பசுமையோடே இருந்துவிடாது
எல்லா ஈரமும் காயும்
எல்லாம் சருகாகி உதிரும்.

நான் உன் பசுந்தளிரை
உள்ளங்கையில் ஏந்தி
கண்ணீர் மல்க நிற்கிறேன்.

நீயாவது
தளிராகவே இரேன்
நீயாவது
வளர்ந்துவிடாதேயேன்.
★

உங்களை விட்டு விலகிச் செல்பவர்களுக்கு
ஏன் நன்றி சொல்ல வேண்டும்?
ஏதொன்றும் முடிந்து போன பிறகு அதிலிருந்து விலகிச் செல்வதற்கு ஒரு துணிவு வேண்டும். அவர்களிடம் இருக்கிறது, அவர்கள்தான் முடிவெடுக்கத் தெரியாத உங்களுக்கு உதவி புரிகிறார்கள்.
முதலாவதாகப் பிரியும் பாவத்தை உங்களைச் செய்யவிடாமல் தடுக்கிறார்கள். இனிமேலும் நீங்கள் கடமைக்கு உடனிருக்க அவசியமில்லை எனும் சுதந்திரத்தைத் தருகிறார்கள்.
ஏனெனில் இங்கு அன்பின் பொருட்டு உடனிருப்பவர்களைக் காட்டிலும் பழிக்கு அஞ்சி உடனிருப்பவர்களே அதிகம்.
★

நிச்சயம் உன்னால்
என்னை விட்டுப் போகவே முடியாதென
இறுமாந்து இருந்துவிட்டேன்,
அந்நம்பிக்கையில் விழுந்த சம்மட்டிதான்
உயிரை
இரண்டாகப் பிளந்தது.
★

எதற்கும் திகையாதே கண்ணே.
உன் நெருக்கத்தை அறிவது போல்
உன் விலக்கத்தையும் அறிவேன்தானே!
ஆயினும்
புரிந்துகொண்டதை வெளிச்சொல்லாமல்,
எதுவும் ஆகவில்லை
எல்லாம் அதனதன் இயல்பில் இருக்கிறதென
எப்போதும் போல் பேசுவதான
நான் காட்டும் பாவனைகள் எல்லாம்
நீ சங்கடங்கள் இன்றி
இறங்கிக் கொள்ளத்தான்.
★

கார்த்திக் (யாத்திரி)

எப்படிப்பட்ட பிரிவு வேண்டும்?
இன்னும் கொஞ்சம் உன்னை மரியாதையாக நடத்தி இருக்கலாம்
என்றெண்ண வைக்காத,
இன்னும் கொஞ்சம் உன்னை அதிகம் காதலித்திருக்கலாம்
என்றெண்ண வைக்காத,
இன்னும் கொஞ்சம் உன்னோடு நேரம் செலவிட்டிருக்கலாம்
என்றெண்ண வைக்காத,
இதற்கு மேல்
கொடுத்துக்கொள்ளவோ
எடுத்துக்கொள்ளவோ ஒன்றுமற்ற
நிறைவான ஒரு நாளில்.
நிகழ வேண்டும் இப்பிரிவு

ஆனால் பார்
நாம் எல்லாவற்றிலும்
குறை வைத்த காதலர்கள்.
சதா குற்றம் சாட்டிக்கொண்டே
சேர்ந்திருக்க
நூறு கோடி மலர்களால்
சபிக்கப்பட்டிருக்கிறோம்.
★

பேச்சு குறைந்து
தொடர்பு குறைந்து
நம் கண்ணெதிரே
இவ்வுறவு அதன் முடிவுரையை
எழுதிக் கொண்டிருக்கிறது.
நம்மால்
ஒன்றுமே செய்யமுடியவில்லை.
நிர்கதியாகி நிற்கிறோம்.
ஒரு வனவிலங்கு
தான் உண்ணப்படுவதை
வேடிக்கை பார்ப்பதைப் போல
★

முந்தைய காலங்களின் நனிமிகு நினைவுகளால்
பலனொன்றும் இல்லை,
ஒருவர் வாழ்வில் இன்றைக்கு நீங்கள் என்னவாக
இருக்கின்றீர்களோ
அது மட்டுமே நிஜம்.
அதன் பொருட்டே எல்லாம் நடந்தேறும்.
★

ஒருபொழுது
உன்னிடம்
எல்லா உரிமைகளும் எனக்கு இருப்பதாக
நினைத்துக் கொள்கிறேன்.
உரிமையோடு பேசுகிறேன்
உரிமையோடு கோபிக்கிறேன்

மறுபொழுது உன்னிடம்
எந்த உரிமையும் இல்லாதது போல்
தள்ளி நிற்கிறேன்.
என்னை அனுமதி என்று
உரிமை கோரி விசும்புகிறேன்.

இல்லாத பிரச்சனைகளை எல்லாம்
நானேதான்
உண்டாக்கிக் கொள்கிறேன்.
இல்லாத காதலையும்...
★

மறுத்த உடன்
சரியென்று பின்வாங்கிவிட்டால்
நீ என் காதலை சந்தேகிப்பாயா?
கொஞ்சம் அடம்பிடித்துத்
தொந்தரவு செய்துவிட்டு
பிறகு போய்க் கொள்கிறேனே!

வேண்டாமென்ற பிறகான
எல்லா பித்துக்குளித்தனங்களும்
இந்தக் காதல் பொய்யில்லை என்று
நிரூபித்துவிடத்தான்.
★

காலங்களைச் செலவழித்துத்
துணுக்கு துணுக்காகச்
சேர்த்து வைத்த
எறும்பின் தானியக் கிடங்கு
உன்னோடான என் நெருக்கம்.

எனினும்
ஒரு நொடிப்பொழுதில்
ஏற்பட்டுவிடுகிறது,
ஒளியாண்டு தொலைவின்
விலக்கம்.

ஏன் ஏன் என்று பதறும் மனமே
அதிராதே!
அப்படிதான் ஆகும்,
பழகிக்கொள்.
★

மரணங்களைப் புரிந்துகொள்ளும்
வயதில்லாச் சிறுமியை
மடியில் தூக்கி
பக்குவமாகச் சொல்லிக் கொண்டிருந்தான்,
"இனிமே அப்பத்தா வராது.

சாமிகிட்ட போயிடுச்சு
நீ கவலைப்படக் கூடாது சரியா?
நீ அப்பத்தாவ தேடக்கூடாது என்ன!"
"ம்ம்ம்"

அழுது தீர்ந்தும்
அடக்க மாட்டாத துயரை எல்லாம்
யாருக்கேனும் ஆறுதலாகச்
சொல்லித்தான்
திடமாக இருப்பதாகக்
காட்டிக்கொள்ள வேண்டியிருக்கிறது.

"அழாதீர்கள்
எல்லாம் நடப்பதுதான்" என்று சொல்லி
தனிமையில்
கண்துடைத்துக் கொள்கிறான்.

இல்லாமற் போனவர்களின்
பிரியமான உணவைத் தொடுகையில்
கைக்கும் வாய்க்கும்
இடையிலான நடுக்கம்தான்
இந்த வாழ்வா!
★

கார்த்திக் (யாத்திரி)

இருக்கச் சொல்கிறார்களா
போகச் சொல்கிறார்களா
என்பதைப் பிரித்தறிய முடியாதபோது
விட்டுச் செல்லும் முடிவையே எடு
விரும்புகிறார்களா இல்லையா என்பதில்
தெளிவில்லாதபோது
விருப்பமில்லை என்ற முடிவையே எடு
எளிய சூத்திரம்தான்.
எந்தப் பிரியமும் உன்னைப் –
பதைபதைக்க அனுமதிக்காது.
★

உன்னிடம்
வீம்பாகக் கோபித்துக்கொண்டு
வருந்தியழ
நான் தேடி வரும்
ஒரே போக்கிடமும்
நீதான்.
★

இப்படியே இருந்துவிட மாட்டேன்
கொஞ்சம் கொஞ்சமாக
உன்னை மறந்துவிடுவேன்.
நீ என்பவளுக்கு
பொருளே இல்லாத நாள் வரும்.
உன் மீது கொண்ட எல்லா உணர்வுகளும்
நீர்த்துப் போய்விடும்.
எதிர்வரும் உன்னை
யாரோ போலக் கடந்துசெல்வேன்.
என்றெல்லாம் தேற்றிக் கொள்வது எதனால்?
நித்தமும் சிந்தையில் நின்றாடும் உன்னை
மறக்க மாட்டாத தவிப்பை
மறைத்துக்கொள்ளத்தானே!
வேறு வழிதான் என்ன எனக்கு?
★

கார்த்திக் (யாத்திரி)

ஒரு காதலுக்குப் பின்
நாமிருவரும்
பழையபடி இருப்போம்
பழையபடி ஆகிவிடுவோம்
என்பதெல்லாம்
நிறைவேற்ற முடியாத
குருட்டு நம்பிக்கை

காதலுக்குள் இருந்து
திரும்பிப் பார்க்கும்போது
நம் பழைய உலகங்கள்
நம்மால் உட்செல்ல முடியாத
வசீகரத்தின் பிரம்மாண்டத்திற்குள்
போய்விட்டிருக்கும்.

ஒரு பிரிவுக்குப் பின்
நாமிருவரும்
பழையபடி காதலிப்போம்
பழையபடி ஆகிவிடுவோம்
என்பதெல்லாம்
தாளமாட்டாத வலிகளின்
தற்சமய ஆறுதல்.

பிரிவில் இருந்து
திரும்பிப் பார்க்கும்போது
நம் பழைய உலகங்கள்
உதிர்ந்து போய்விட்டிருக்கும்

அங்கு இப்போது ஒன்றுமே இல்லை
வெறும் சூன்யம் மட்டுமே மீந்திருக்கிறது.
நம்மால் எங்கும் திரும்பிச் செல்ல முடியாது
முந்தைய காலங்களை நினைத்து வாழலாம்,
முந்தைய காலங்களைப் போல
வாழ முயற்சிக்கலாம்,
முந்தைய காலங்களை
ஒருநாளும் நம்மால்
மீட்டுக் கொண்டு வர முடியாது.

இதோ இந்த நொடி
நழுவிக் கொண்டிருக்கிறது
இழந்த உறவுகளுக்காக
பிரிந்த மனிதர்களுக்காக
இப்போதே வருத்தப்பட்டுக்கொள்,
நாளை அதுவும் அபத்தமாகிவிடும்.
★

உன்னைக் காதலிக்கிறேன் என்றால்
என்னை அழிக்கச் சொல்லி
சமர்ப்பிக்கிறேன் என்று பொருள்.
உயிரோடு கைவிட்டதுதான்
நீ இழைத்த பிழை.
★

விரும்பியதற்கெல்லாம்
மன்னிப்பு கேட்பேன் என்று
கனவிலும் நினைத்தேனில்லை.
என்னைப் பற்றி
ஒருபோதும் நீ நினையாதிரு.
சரியாய்ப் போய்விடும் எல்லாம்.
★

உறவுக்குள் இருக்கும்போது
பிரிவைப் பற்றிக் கவலைப்படாதே,
பிரிவு வரும் நாளில்
நாமே அதனை எதிர்பார்த்துக்
காத்துக்கொண்டுதான் இருக்க நேரும்.
★

திருப்திகரமான
ஓர் உரையாடலுக்குப் பின்,
இப்படியே போய்விட வேண்டும்
இதற்கு மேல்
உன்னிடம் பேசவே கூடாதென்ற
முடிவை எடுப்பேன்.
★

அலைபேசியில்
செய்திக்கான அறிவிப்பு மின்னுவதை
அணைத்து வைத்திருக்கிறேன்,
நானாகத் தேடி வந்து பார்த்தால்தான்
நீ செய்தி அனுப்பி இருப்பதே தெரியும்.
மிகச் சரியாக
நீ அனுப்பும்போதெல்லாம்
அறிவிப்பின்றியே
தற்செயலாகத் திறந்து பார்க்க வாய்க்கிறது.
அல்லது
அத்தனை அடிக்கடி
தேடி வந்து பார்த்துக்கொண்டே இருக்கிறேன்.
எதற்கிந்த கண்ணாமூச்சி?
ஏதேனுமொரு ஆட்டத்தை
ஆடித்தானே ஆக வேண்டியிருக்கிறது!
★

நீ பிரிந்தாலும்
இதே காதலோடு இருப்பேன்.
உன்னை வெறுக்க மாட்டேன்.
உனக்கு இடர் தர மாட்டேன்.
நாகரிகமாக விலகுவேன்.

அப்படித்தான்
இனிய மனிதனெனக்
காட்டிக் கொள்கிறேன்.
இனிய மனிதனின்
இன்னல்களை அனுபவிக்கிறேன்.
இனிய மனிதனின்
தனித்துயரை வாங்கிக்கொள்கிறேன்
இனிய மனிதனின்
அன்பில் அழுகிறேன்.

அவ்வப்போது இப்படித்தான்
சாத்தானில் இருந்து
கொஞ்ச நேரம்
கடவுளாகிக் கொள்கிறேன்.

கேளீர் உலகத்தீரே...
காதலே கடவுளாகும் வழி!
★

காயப்படுத்திடவே கூடாதென கவனமாகத்தானே இருந்தோம்.
எப்போதந்த கவனத்தை இழந்தோமெனத் தெரியவில்லை
ஒருவரையொருவர் பற்றிய
மூட்டை மூட்டையான புகார்களோடு
தக்க சமயத்திற்குக் காத்திருக்கிறோம்.
★

இன்று சொற்களிழந்து நிற்கிறோம்.
ஆச்சர்யமாக இருக்கின்றது,
அன்று அப்படி நாம் மணிக்கணக்காக
எதைத்தான் பேசினோம்?
இன்று எது நம்மை நிர்கதியாக விட்டது?
சிறுபிள்ளைத்தனம் போல
இதையெல்லாம் எதற்கு சொல்லிக்கொண்டு என
இன்றைக்குத் தவிர்ப்பவற்றைத்தான்
அன்றைக்கு அவதியவதியாகப்
பேசிக் கொண்டிருந்தோம்!
★

நானே அழைக்க எண்ணுவதற்கும்
நீயாக அழைத்தால் என்ன? எனும் வீம்பிற்கும்
இடையில் கனத்துக் கிடக்கிறது மாபெரும் கடல்
அதில் விழுந்து மூச்சுத் திணறும்
தொட்டி மீன்கள் நாம்.

★

இத்தனை நாள்
உன்னோடு இருந்ததற்கு
குறைந்தபட்சம்
சொல்லிவிட்டாவது செல்.
திடும்மென்று
காணாமல் போகும்போது
நீ அவமானப்படுத்துவது நம்மை.
நாமாக இருந்த பொழுதுகளை.
அவை அத்தனை
அவமானத்திற்கு உரியவை அல்ல.

★

ஏன் பேசவில்லை
எனக் கேட்பதற்கு கூசுபவனை,
போகாதே எனச் சொல்லத்
தயங்கி நிற்பவனை,
நானென்ன தவறு செய்தேனென
தலை கவிழ்பவனை
விட்டுச் செல்லுதல்
யாவர்க்கும் எளிது.
தன் தரப்பைச் சொல்லத் தெரியாமல்
தனக்குள்ளேயே அழுதுகொள்ளத்தானே
ஆகும் அவனால்?
★

உன் மனம்
சமநிலையில் இருக்கிறதா?
சலனப்பட்டு கிடக்கிறதா? என்பதெல்லாம்
எனக்குத் தெரியாதா என்ன!
தன்னந்தனியாக நீயாகவே சமாளித்துக்கொள்வாய்
ஆனாலும் மீண்டும் மீண்டும்
உன் கண்ணில் படும்படி உலவுவதெல்லாம்
ஒன்றும்ஆகாது, தைரியமாயிரு.
நான் இங்குதான் இருக்கிறேன்
என்பதைச் சொல்லத்தான்.
★

கேள்விகளால் துளைக்காதே!
வேறு பெண்ணை எல்லாம்
நாடமாட்டேன்.

நீ இருக்கிறாய் என்றால்
என்னை அண்டும் திராணி
யாருக்கும் இருக்காது.

நீ இல்லை என்றால்
எவரையும் அண்டும் துடிப்பு
எனக்கே இருக்காது.

உன்னில்
இணைந்து வாழ்வேன்
அல்லது
நினைந்து சாவேன்
போ.

★

                      கோடி கோடி ஜீவன்களும்
                      பிரியும் தருவாயில்
                      விரல்களைப் பற்றிக்கொண்டு
                      ஒன்றே ஒன்றைத்தான்
                      கேட்டுக் கொண்டிருக்கின்றன.
                      "மறந்துற மாட்டல்ல"

                                            ★

கார்த்திக் (யாத்திரி)

நாம்தான் திருமணம் செய்துகொள்வோம்
உன் சிசுவைத்தான் பெற்றெடுப்பேன்
உன் மடியில்தான் வாழ்வேன்
உன் கையில்தான் மடிவேன்
என்றெல்லாம் வாக்குத் தந்தவள்தான்
சுவடே இன்றி பிரிந்துபோனாள்.

வருடங்கள் சென்று
எவனையோ மணந்து
புணர்ந்து வாழ்ந்து
கருவுற்றிருக்கும் செய்தியைச்
சொல்ல அழைத்திருந்தாள்.

"ரொம்ப சந்தோசமா இருக்கேன்
இந்த சந்தோசத்த
உன்கிட்ட சொல்லணும் போல இருந்துச்சு
அதுதான் கூப்ட்டேன்.
நீ என்னைத் தப்பா நினைச்சிக்கலல்ல?"

"இல்லடி தங்கம்
சந்தோசமா இரு.
நானுமேதான் வாக்குத் தந்தேன்
உனக்குப் பின் இன்னொரு பெண்ணை
வாழ்வில் அனுமதியேன் என்று.
நீதான் என் கடைசிப் பெண் என்று.

வாக்குகள் உண்மை
அவை மாறியதும் உண்மை.

நம் பிரிவும் உண்மை.
இதோ இப்போது
வயிற்றில் சிசுவோடு
இருக்கும் உன் மீது தோன்றும்
பரிவும் உண்மை.

மகிழ்ச்சியில் திளைக்கும்
பூரண வாழ்வே
அமைந்துவிட்ட போதிலும்
மங்கத் தெரியாமல்
மறைந்து கிடக்கும் இந்தக் காதலும் உண்மை.

குறைவின்றி வாழ்.
சிரித்தாள். வாய்கொள்ளாச் சிரிப்பு.

"இப்ப இன்னும்
ரொம்ப சந்தோசமா இருக்கேன் தெரியுமா!"

ஐ லவ் யூ
★

முதலில்
உன்னை எவ்வளவு காதலித்தேன்
என்பதை மறப்பேன்,
அடுத்து
உன்னால் கண்ட வலிகளை
உதிர்த்துப் போடுவேன்,
பிறகு
உன் பிரிவின்
வாதையில் இருந்து விடுபடுவேன்,
இறுதியாக
நினைவில் எஞ்சி நிற்பது
வெறும் நீ
என் இனிய நீ!
உன்னையே நான் மீண்டும்
காதலிக்கப் புறப்படுவேன்.
★

ஒருவர் மறைக்கும் துயரை அறிந்துகொள்ள முயற்சிக்காதே,
வெறும் ஆறுதல்தான் தர முடியுமென்றால்
எவர் துயரையும் கேட்காதே,
உன்னால் தீர்க்க முடியாத இன்னொருவரின் துயர்
உன்னையே விழுங்கிவிடும்.
★

மனம்விட்டுப் பேசினால்,
சரிசெய்து இருக்கலாம்.

என் பக்கத்து நியாயங்களை நீயும்
உன் பக்கத்துக்கு நியாயங்களை நானும்
புரிந்துகொண்ட பின்னும்,
வீம்பாகப் புரியவில்லை என்று நடித்ததைத்
தவிர்த்திருந்தால்
நம் பிணக்குகள் எல்லாம்
முடிந்து போயிருக்கும்.

எதுவும் வேண்டாமென்று
நாம் வேண்டுமென்றேதான்
நம்மை விலக்கிக் கொண்டோம்.

அவ்வுண்மையின் வெம்மையைத்
தாங்க முடியாமல்தான்
அழுது கொண்டிருக்கிறோம்
★

உன் நினைப்பில் இம்மனம் அலைக்கழிகிறது,
சட்டென நீ பேணும் இடைவெளிகளில் நானுன்னை அதிகம்
தேடுகிறேன்,
உன் நலம் குறித்து தேம்புகிறேன்.

வலைத்தளங்களில் உன் இடுகை கண்டு நலமோடு இருப்பதாக
உறுதிகொள்கிறேன்.

"என்னாச்சு ஏன் பேசாமல் போனாய்?" என்று நான் கேட்டால்,
என் பலகீனத்தை நானே உன்னிடம் ஒப்படைத்ததாகி விடும்,
மாட்டேன் ஒருபோதும் கேட்கமாட்டேன்.

பேசாது போனதற்கு தக்க காரணத்தைச் சொல்லி
நீ மன்னிப்பு கேட்டால்,
அதற்குப் பின் என்னை விட்டுப் போகவே முடியாத சுழலுக்குள்
சிக்கிக்கொள்வாய்.
இந்த உறவு அடுத்த நிலையை எட்டிவிடும்.
அதற்கான பாதையை மன்னிப்பு அமைக்கும் என்று உனக்குத்
தெரியும்.
நீயும் ஒருபோதும் கேட்கமாட்டாய்.

அந்நியர்களாக இருந்தவர்கள்தானே நாம்?
இடைப்பட்ட காலங்களில் நம் பழக்கம் பேச்சு முக்கியத்துவம்
எல்லாம் மறந்துவிட்டது.
நீ எனக்கு நெருங்கியவள் என்பது மட்டும் நினைவில்
இருக்கின்றது.

எல்லாம் எப்போதும் போல் இயல்பில்தான் இருக்கிறதென்ற,
நமக்குள் ஒரு பிணக்கும் இல்லையென்ற பாவனையோடு
எல்லாவற்றையும் சரி செய்துவிடும் முயற்சியில்
ஒவ்வொரு முறையும் உன்னை நாடி வரும்போதெல்லாம்
ஓர் அந்நியனைப் பார்ப்பது போலான
உன் கண்களை நினைத்துப் பயந்தே பின்வாங்குகிறேன்.

நீ செய்யக்கூடியவள்தான்.
நிகழாமல் போனாலும் நம்மிடையே இருந்தது காதல்.
நீ என் காதலி
நான் உன் காதலன்
இப்பிறவியில் இதனை உன்னால் மாற்ற முடியாது.
★

நீ
சம்மதிக்கும் நொடியில் இருந்து
உன் மீதான எல்லாக் காதலும்
சமப்பட்டு சீர்மையாகி விடும்.

என்னில் இப்போதிருக்கும் பெருங்காதல்
உன் புறக்கணிப்புகளால் உண்டானது.

கேளாய் தோழி,
நிராகரிப்பே உன் வசீகரம்

என்னை மறுத்துக்கொண்டே இரு
உன் மீதான இவ்வசீகரம் எனக்கு
காலத்திற்கும் வேண்டும்.
★

உன்னைப் புரிந்துகொண்ட பிறகு,
என் தரப்பு நியாயங்களைச் சொல்ல
வழியற்றுப் போய்விட்டது.
★

இவ்வளவுக்கு உன்னை விரும்பியிருக்க வேண்டாம்தான்.
ஆனாலும்
வேறு எவ்வளவுக்குதான்
உன்னை விரும்பியிருக்க முடியும்?

அளவீடு வைத்துப் பிரியத்தை
நிர்ணயித்துவிட முடியுமென்றால்
எதற்கிந்த வதையெல்லாம்!

தெரியும்.
தெரிந்தே துணிந்ததால்தான்
இதன் பெயர் காதல்.
★

"ஒரு பொழுது கூட என் நினைப்பு வரவே இல்லையா?"

எளிய கேள்விதான்.
ஆமாம் எனும் பதிலுக்கு
அஞ்சும் மனம்
எப்படி கேட்கத் துணியும்!

நீ என்னை
நினைத்துக் கொண்டிருப்பதாகவே
நம்பிக்கொள்கிறேன்.
★

கார்த்திக் (யாத்திரி)

செயலியில் இத்தனை ஆண்டுகளாக சேமித்து வைத்திருந்த
உன் எல்லா செய்திகளையும் அழித்துவிட்டேன்.
ஒவ்வொரு முறையும்
நாம் என்னவெல்லாம் பேசி இருக்கிறோம்
எதையெல்லாம் பகிர்ந்து இருக்கிறோம் என்று
கடந்த காலத்திற்குள் பயணித்து வரும்
ஓர் எந்திரம் போல அவை இருந்தன

அவை
இதைச் செய் எனக்குப் பிடிக்கும்
இதைச் சொல்லாதே எனக்குப் பிடிக்காது என
பிடித்த பிடிக்காதவைகளின் பட்டியல் முதல்
உன் மீது மையலுற்ற தருணம் வரை
எல்லாம் உன்னை நீயும்
என்னை நானும்
புரிந்துகொள்ளும் முயற்சிகள்.

அவை உன் கோபத்தைச் சொல்வன
உன் மனக்குழப்பத்தைச் சொல்வன
உன் அன்பைச் சொல்வன
உன் கருணையைச் சொல்வன
மற்றும்
நீ சொல்லாது மறைத்த உன் காதலைச் சொல்வன

அவை நான் உனக்காக உருகி நின்றதைச் சொல்வன
உன்னைத் தேடித் தவித்ததைச் சொல்வன
உன் மீதான அக்கறையைச் சொல்வன

உன்னோடு பேசத் துடித்த
ஓர் எளிய ஆன்மாவின் வாசனையைச் சொல்வன

அவை என் பைத்தியக்காரத்தனங்களின் ஆவணம்
நீ வேறு யாரையும் அனுமதிக்காத உன் தனித்தீவின் சூழ்கடல்
நாம் தீவில் தனியாக இருந்தோம்.
இப்போது தனித்தனியாக இருப்பதற்கு
மனம் தாளவில்லை
பழைய உரையாடல்களை
பழைய பகிர்வுகள் எல்லாம் நம் இனிமை.
இந்த இனிமைதான்
உன் தொலைவை சுட்டிக் காட்டுகிறது
இந்த இனிமைதான்
உன்னை நீயே நிறுத்திக் கொண்டதற்கு
மன்றாடல்களைக் கூட்டி வருகிறது
இந்த இனிமைதான்
உன் மீது கோபமாக மாறுகிறது.

இல்லை வேண்டாம்
எனக்கு உன் மீது கோபமே வரக்கூடாது
நீ எப்போதும் என் பிரியத்திற்குரியவள்
இனிமைகளை நினைவுபடுத்தும்
செய்திகளை அழிக்கிறேன்.
நீயும் நானும் இனி அங்கிருக்கப் போவதில்லை
இப்போதது
கைவிடப்பட்ட ஒரு வீடு.
★

கார்த்திக் (யாத்திரி)

நாட்கணக்கில் மாதக்கணக்கில்
காணாமல் போவாய்,
ஏன் இப்படிச் செய்கிறாய் என்றால் பதிலிருக்காது
நினைத்தால் செய்தி அனுப்புவாய்
பதில் சொல்லவில்லை என்றால் கோபிப்பாய்
பேசத் தோன்றினால் பேசுவாய்,
சந்திக்க விருப்பப்பட்டால் வருவாய்,
உன் இடம் இன்னும் அப்படியே தான் இருக்கிறதென்று
உறுதி செய்த பின்
மீண்டும் மாயமாகிவிடுவாய்.

பாரேன்
நீதான் எவ்வளவு கொடுத்து வைத்தவள்!
நானும்தான் இருக்கிறேனே...
ஒரு செய்திக்கு மறுமொழி இல்லையென்றால் கூட
என் மீது என்ன பிழையெனப் பட்டியலிட்டு வருந்திக்கொண்டு.
★

கடைசியில்தான் கிட்டியது ஞானம்.
ஒருவரைக் காதலிப்பதென்பது,
அவரின்றி தனியாக வாழக் கற்றுக்கொள்வது!
★

எனக்குப் பிடிக்காதவற்றைச் சொன்னாய்
நான் விரும்பாதவற்றைச் செய்தாய்
நான் காதலென்று கருதுபவற்றிற்குள்
நீ பொருந்தி வராமலே போனாய்
அவ்வளவுதானே!
அதற்காகவெல்லாம் உன்னை வெறுக்கவா முடியும்?
★

பேசுவதற்கு நேரமில்லை எனச் சொல்லப்பட்ட பிறகு
அவ்விடத்தில்
நேரம் வருமெனக் காத்திருப்பவர்கள் முட்டாள்கள்.
பேசுவதற்கு நேரம் தேவையில்லை. ஆர்வம்தான் தேவை.
நேரமில்லை என்பது, மிக நாகரீகமான விலகல்.
Respect it.
★

கார்த்திக் (யாத்திரி)

பயணத்தில்
அவரேதான் பேச்சைத் தொடங்கினார்.
தொலைதூரத்து ஊருக்கு
நண்பனின் இறுதிச் சடங்குக்குச் செல்வதாகச் சொன்னார்.
நட்பு உண்டான கதைகள்
நண்பனைப் பற்றிய கதைகள்
பிணக்கு ஏற்பட்டுப் பிரிந்து போன கதைகள்
எல்லாம் சொன்னார்.
உயிரோடிருக்கும்போதே
ஒருமுறை பார்த்திருக்க வேண்டுமென வருந்தினார்

செத்துக் கிடப்பவனுக்கு
நான் வந்திருப்பது தெரியாது,
அவன் உற்றார் உறவினருக்கு
என்னைத் தெரியாது.
நான் போகலன்னா
யாருமே எதுவுமே சொல்லப்போவதில்லை
ஆனாலும் நான் போகிறேன். ஏன் தெரியுமா?

தெரியும்.
மரணத்தில்
வாழ்வின் பலாபலன் கணக்குகளுக்கு

இனி பலனில்லை என்றபிறகும்
ஒருவரைத் தேடிச் செல்லும் அன்பு.

நினைவு தப்பியவர்களிடம்
எவ்வளவு அன்பைத் தந்தாலும்
அவர்களால் உணர முடியாது எனும்போதும்
அவர்களைக் கைவிட முடியாத அன்பு.

அதற்குத்தான், அதனை தரிசித்து விடத்தான்
அவனவன் செத்துக் கொண்டிருக்கிறான்.
★

"இதெல்லாம் வேண்டாம், இந்தக் காதல் வேண்டாம் என்று நான் உன்ன விட்டுட்டு போய்விட்டால் என்ன செய்வ?"

அதைப் பிறகு சொல்கிறேன். முதலில் உன் கேள்வியை ரசித்துக் கொண்டிருக்கிறேன்.

"ஏன்?"

உன் கேள்வியில், எனக்கு உன்னை எவ்வளவு பிடிக்கும் என்பதை நீ அறிந்துகொண்ட சூசகம் இருக்கிறது,
உன் கேள்வியில், நீயின்றி என்னால் இருக்கமுடியாதெனும் தீவிரத்தை நீ அறிந்துகொண்ட நூதனம் இருக்கிறது.
அதனால்தான் இப்படிக் கேட்கமுடிகிறது உன்னால்.

புரிந்துகொள்ளப் படுவதில்தான் ஒரு காதல் அதன் மேன்மையை எட்டுகிறது அல்லவா!

அத்தனையும் புரிந்த நீயே என்னை விட்டுப் போகிறாய் என்றால் அதன் நியாயங்களை நான் புரிந்துகொள்ள முயற்சிப்பேன்.

அன்பி.
நின்றாலும் சென்றாலும்
என்றும் நீ என் நல்லாள்.
★

ஒன்றுமில்லை
எல்லாம் சரியாகப் போய்விடும் –
என்று தேற்றுவதற்கு
உன் குரல் இருந்தால் போதும்.

எங்கும் போகமாட்டேன்
உன்னோடே இருப்பேன்
என்று நீ தரும்
உத்திரவாதங்கள் போதும்.

என்ன நேர்ந்திடினும்
"நான் உனக்குரியவள்தான்"
என்று நீ சொல்லும்
சத்தியங்கள் போதும்.

இம்மீத வாழ்வை
உன் கைப்பிடித்துக்
கடந்துவிட்டால் போதும்

பிறிதெந்த பிரார்த்தனைகளும்
இல்லை.
★

துளி சந்தேகமின்றி
உன்னை முழுமுற்றாக நம்பியிருந்தபோதெல்லாம்
நான் நிம்மதியாக இருந்தேன்.
அப்படியே இருந்திருக்கலாம்.
உன் பொய்களை அறியாமலேயே.

அதன் பின்
நீ சொல்பவற்றை ஆராய்ந்து கொண்டு
அதில் உண்மையைத் தேடிக்கொண்டு
பொய்களைக் கண்டுபிடித்துக் கொண்டு
தனியாய் அழுதுகொண்டு
ஏனிப்படி ஆகிப் போனேன்!

ஆம்!
நம்பிக்கையில் உள்ள சொகுசு எதிலும் இல்லை.
இறுதிக் கோரிக்கையெல்லாம்
நான் எக்காலத்திலும் அறியாதவாறு
என்னைக் கொஞ்சம் திறமையாக ஏமாற்று.
★

இன்னும் நீ பார்க்கவில்லை
நேரம் ஆக ஆக
அனுப்பிய செய்தியின் வீரியம்
குறைந்துகொண்டே வருகிறது.
அனுப்பிய நேரத்தின் உணர்வொளி
மங்கி மங்கி மறைகிறது.
காலம் கடந்து நீ வாசிக்கும்போது
இவை வெறும் சொற்களாக மட்டுமே
எஞ்சி நிற்கப் போகும் அபத்தத்தைக்
காணச் சகியாமல்தான்
அழிக்கிறேன்.
"Delete For Everyone".
★

வாழ்வின் கடைசி வரைக்கும்
உடன் வருவேன் என வாக்குத் தந்தோர் எவரும்
உடன் வந்ததாகச் சான்றில்லை

எவரில்லை என்றாலும்
நீ மட்டும் பிரியாதே என
சத்தியம் வாங்கியவர்கள்
வாங்கிய கையோடு
காணாமல் போனதாகவே வரலாறு.

வாக்குறுதி பொய்
சத்தியம் பொய்
நம்பிக்கை பொய்
எனில்
எதுதான் மெய்?

"காலச் சக்கரத்தில்
என்றேனும் எங்கேனும்
மீண்டும் சந்திக்க நேர்கையில்
அமர்ந்து சிரித்துக் கதை பேச
நினைவைச் சேகரிக்கும்
இந்நிகழ்காலம்."
★

இக்காதலை மறுக்கிறாய்,
அது உன் உரிமை.
நான் மனம் குமைவேன்
அது உனக்குத் தெரிகிறது.
நான் உன்னை நினைத்துக் கொண்டிருப்பேன்
அது உனக்குத் தெரிகிறது.
நான் உன்னோடு பேசப் பிரியப்படுவேன்
அது உனக்குத் தெரிகிறது.
நான் உன்னைப் புணரத் தவிப்பேன்
அது உனக்குத் தெரிகிறது.
நான் உன் இன்மையில் திணறுவேன்
அது உனக்குத் தெரிகிறது.
வேறு எவனையேனும் பிடித்திருக்கிறது
என்று சொன்னால்
அக்கணமே நான் உன்னைவிட்டு நீங்கிடுவேன்
அதுவும் உனக்குத் தெரியும்.
மறுத்துக்கொண்டே
நீ என்னை இருக்கச் சொல்கிறாய்.
இருந்தும் இல்லாமல் இருக்கச் சொல்கிறாய்.
★

நானுன்னை எவ்வளவு விரும்பினேன்
என்பதையே நீ மறந்துவிட்டாய்.
செலவிட்ட நேரம்
சொல்லிய சொற்கள்
முகிழ்ந்த காதல்
நெகிழ்ந்த மனம்
என
கடந்த காலம்
எதற்கும் இனிப் பொருளில்லை.
சம்பிரதாயமாக உன்னைச் சந்தித்து
யாரோ போல் புன்னகைத்துக்
கைகுலுக்கிக் கடக்க மருகுகிறேன்.
போகிறது போ
இனி உன்னருகில்
இருந்தென்ன, ஒழிந்தென்ன?
என்றோ நிகழ்ந்திட்ட ஓர் அன்பை
இன்று
மீண்டும் விளக்கிச் சொல்ல நேரும்
துர்பாக்கியங்கள்
இப்புவியில் எவருக்கும் வேண்டாம்.
★

உன்
ஒரு பொறுப்பற்ற தன்மையை
ஒரு மறுப்பை
ஒரு அலட்சியத்தை
ஒரு விலகலை
உனக்குச் சாதகமாகவே புரிந்துகொள்கிறேன்
புரிந்துகொண்டு உன்னை விடுவிக்கிறேன்

அதுவும்
அழுந்தப் பார்த்தாலே
உதிர்ந்து விடுகின்ற
இம்மெல்லிலை மனத்தை
வைத்துக் கொண்டு!

நானும் பாவமென்று கருதும்
ஓர் உள்ளங்கைக்கு,
பரிதவிக்கும் உள்ளத்தை
பதறாதே என வருடும் விரல்களுக்கு,
இன்னும் எத்தனை முறை
பலிபீடத்தில் நான் நிற்கவேண்டும் தாயே?
★

கார்த்திக் (யாத்திரி)

இக்காதலை நான்
விளம்பிக் கொண்டே இருக்க வேண்டுமா?
ஒவ்வொரு முறையும் எனக்கு நீ முக்கியம் என
உரைத்துக் கொண்டே இருக்க வேண்டுமா?
உனக்குத்தான் தெரியுமே! அப்பறமும் ஏன்?
உனக்குத் தெரிந்த ஒன்றை
சொல்லிச் சொல்லி என்ன கிடைக்கப் போகிறது?
அதிலென்ன ஆனந்தத்தை
அடைந்துவிடப் போகிறாய்?
கேள்விகளாக நான்
துளைத்துக் கொண்டிருந்த போது
இதழோரத்தில் இயல்பிலேயே மங்கியிருக்கும் வெளிர்மசத்திற்கு
மசியிட்டு கருமையாக்கிக் கொண்டிருந்தாய்.
★

வேடிக்கையைப் பார்.
எளிதில் உடைகின்ற மனங்கள்தான்
காதலிக்கும் திடமான முடிவை எடுக்கின்றன.

தகர்ந்து போவதற்குத்
தயாராக இருப்பவர்களே
காதலைச் சந்திக்கிறார்கள்.

கல் மனங்கள் எல்லாம்
காதல் வந்த பிறகே
கண்ணாடியாகச் சிதறுகின்றன.

கேளீர் உலகத்தீரே!
காதலில் இருப்பவை
பாவப்பட்ட ஆன்மா.
அவற்றை நீங்கள் கொஞ்சம்
பரிவோடுதான் அணுகியாக வேண்டும்.
★

யாரோ ஒருவருடைய கண்ணீர்
உங்களுக்கு யாரை நினைவுபடுத்துகிறதோ,
யாரோ ஒருவரின் துயரைக் கண்டு
யாருக்கு இத்துயர் வந்துவிடவே கூடாதென துடிக்கின்றீர்களோ,
அவர்கள்தான் இவ்வாழ்க்கையில்
உங்களுக்கு எல்லாம்.

★

எப்படி இருக்கிறாய்?
நள்ளிரவு இரண்டு மணிக்கு
"என்னை நினைத்துக் கொண்டிருக்காதே
நான் தூங்கிக் கொண்டிருக்கிறேன்"
என
செய்தி அனுப்புகின்ற ஒருத்தியால் நிரம்பி
நன்றாக இருக்கிறேன்.

★

பிறழ்

ஒருவேளை நீ என்னைக்
காதலிப்பதாகச் சொல்லிவிட்டால்
நான் பதற்றமடைந்துவிடுவேன்.
காதலின் பொறுப்புகளை என்னால்
சுமக்க முடியாது.
நான் உன்னை விரும்புகிறேன்
அது நிஜம்.
ஆயினும்
நீ என்னை நிராகரித்துப் போவதையே
நான் ஆசைப்படுகிறேன்.
உன் நிராகரிப்பில்
உடைந்து அழப் பிடிக்கிறது
உன் புறக்கணிப்பில்
மனம் கசந்து உழலப் பிடிக்கிறது.
உன்னை நாடி வர முடியாமல் போன
என் இயலாமைகளை
உனக்கு என் மொத்த நேரத்தையும்
தரமுடியாமல் போன
என் போதாமைகளை
உன் நிராகரிப்புத்தான்
ஆற்றுப்படுத்தும்.
என்னை வெறுத்து ஒதுக்கிச் செல்
அதுதான்
உன் மீது பூத்த
இக்காதலுக்கு விடுதலை.

★

கார்த்திக் (யாத்திரி)

எப்படி இருக்கிறாய்?
நள்ளிரவு இரண்டு மணிக்கு
"என்னை நினைத்துக் கொண்டிருக்காதே
நான் தூங்கிக் கொண்டிருக்கிறேன்"
என
செய்தி அனுப்புகின்ற ஒருத்தியால் நிரம்பி
நன்றாக இருக்கிறேன்.
★

எவ்வளவு காதலிக்கிறாய் எனத் தெரியப்படுத்தி விட்ட
காரணத்தினாலேயே
உன் காதல் மதிக்கப்பட வேண்டுமென நினைப்பது அறியாமை.
நீ காதலித்ததற்காகவெல்லாம் உன் மீது பரிதாபப்பட முடியாது.
பாவம் பார்க்க முடியாது,
மறுக்கப்பட்ட உன் காதலை நீயே ஏந்திக் கொண்டு திரும்பச் செல்.
உன்னைத் தவிர உற்றதுணை அதற்கு யாருமில்லை.
★

Devil's teeth

பிரியலாம்தான்
ஆனால் இந்த மனஸ்தாபத்தில்
என் மீதுதான் பிழை இருக்கிறது.
நீயொரு பிழையை இழைக்கும் வரைக்கும்
நானுன்னோடு சமாதானமாக இருக்கிறேன்.
என் சமாதானத்தை அலட்சியம் செய்கிறாய்,
எப்பேர்பட்ட பிழை.
இனியுன்னைப் பிரிவது
அத்தனைச் சிக்கலில்லை.
★

நூறு நூறு விரல்களால்
நிலத்தை இறுகப் பிடித்திருக்கும்
சல்லிவேர் இப்பிரியம்.
எத்தனை வலுகொண்டு பிடுங்கினாலும்
அறுபட்டு
மண்ணில் கொஞ்சம் எஞ்சும்.
★

செயலியில்
24 மணி நேரத்தில்
தாமாகவே அழிந்து விடுகின்ற செய்திகள்.
நேற்று நாம் சண்டையிட்டோம்
இன்றைக்கு அச்சண்டைகளை காணவில்லை
நாம் இயல்பாகப் பேசிக் கொண்டோம்.
நேற்றிரவு நீ விதித்திருந்த
எல்லைகளை மீறிவிட்டேன்,
இன்று மீறல்களைக் காணவில்லை
மீண்டும் எல்லைக்கோடுகள்
புத்தம் புதிதாக முளைத்திருந்தன.
எத்தனை வசதி!
அழித்தழித்து திருத்தி எழுதிக் கொள்ளும்
வாய்ப்புகளை நல்கிய தொழிநுட்பத்திற்கு
நன்றி நவில்ந்தேன்
நேற்று ஏதோர் பொற்கணத்தில்
உன் மனவெளியில் தனியாய்ப் பூத்திருந்த
என் மீதான காதலைக் காட்டினாய்
இன்றைக்கு அக்காதலைக் காணவில்லை.
உயிர் பதறி உயிர் பதறித் தேடுகிறேன்.
நாளை உனக்கும் எனக்குமென்று
ஒன்றுமே எஞ்சாதல்லவா?
அப்படி
அழிந்து போய்விடுவதற்காகவா
இத்தனை சிரத்தையும்!
★

"நான் உன்கிட்ட பேசணும்
நேரம் இருக்கா?" என்கிறாய்.
உனக்காகவே கட்டப்பட்ட மாடமாளிகையின்
முற்றத்து வாசலில்
சற்றுநேரம் நின்றுகொள்ள
தயக்கத்துடன்
அனுமதி கேட்பது போல.

நான் என்ன செய்வேன்,
இத்தனை காலம் கழிந்தும்
இப்போதும் நீதான்
வந்ததும்
என்னை அழ வைக்கிறாய்.
★

அன்பாயிருக்கும்போதோ
அழகில் லயித்திருக்கும்போதோ
காமுற்று இருக்கும்போதோ அல்ல
உன் மீது கோபப்பட்ட போதுதான்
உன் சிறு சொல்லுக்கு மனம் கசந்தபோதுதான்
உணர்கிறேன்.
நீ எனக்கு யார் என்பதை
நீ எனக்கு எவ்வளவு தேவை என்பதை
உன்னை எவ்வளவு விரும்புகிறேன் என்பதை.
★

தோல்வியின் புலம்பல்கள் இன்றி
வெற்றிக் களிப்பின் -
கொக்கரிப்புகள் ஏதுமின்றி
ஆரவாரம் செய்யாமல்
ஆர்ப்பாட்டம் இல்லாமல்
வந்ததும், போனதும் தெரியாமல்,
ஒரு சிறு உயிரென
வாழ்ந்து முடிக்கத்தான் பிடித்திருக்கிறது.
★

                தோல்வியின் புலம்பல்கள் இன்றி
                          வெற்றிக் களிப்பின் -
                    கொக்கரிப்புகள் ஏதுமின்றி
                        ஆரவாரம் செய்யாமல்
                        ஆர்ப்பாட்டம் இல்லாமல்
                  வந்ததும், போனதும் தெரியாமல்,
                            ஒரு சிறு உயிரென
           வாழ்ந்து முடிக்கத்தான் பிடித்திருக்கிறது.
                                            ★

நிறுத்தி நிதானமாக அளந்து அளந்து கொடுக்க முடியுமென்றால்
அதெப்படி அன்பென்றாகும்?
அன்பின் குணம் அதல்ல.
மொத்ததமாய் வாரிக் கொடுத்துவிட்டு
இன்னும் எதைக் கொடுக்கவெனத் தெரியாமல்
மலங்க மலங்க விழித்துக் கொண்டிருக்கும்,
அதனை எந்தக் கரம் அள்ளிக் கொள்கிறதோ
அதற்கே சரண் நாம்.

★

முகங்கொடுத்துப் பேசாமல் இருக்கிறேன்,
அப்படியே என்னை விட்டுவிடாதே
என்ன கோபம் என்று வினவு.
ஏன் முகம் வாடியிருக்கிறதெனக் கேள்.
உன் மீதான வருத்தங்களைப் பட்டியலிடுவேன்
உன் அலட்சியங்களைச் சுட்டிக் காட்டுவேன்
உன் காதலின்மைக்கு முன் முறையிடுவேன்
அவை கரையத் தொடங்கும்.
அப்படியெல்லாம் இல்லை
நீ நினைப்பது தவறென்று
அணைத்து ஆற்றுப்படுத்து.
அங்குதான் காண்பாய்
உன்னை விட்டுப்போகத்
திராணியற்ற ஒரு ஜீவனை.

★

கார்த்திக் (யாத்திரி)

உயிரின் கோடி விரல்களும்
உன்னை நோக்கி இருக்க,
யாரோ போல் உன்னிடம்
சாதாரணமாகப் பேசுவது
எத்தனை சிரமம் தெரியுமா!

ம்ம் பரவாயில்லை என
பழகிக்கொள்ளத்தான்
வாழ்வெனைப் பணித்திருக்கிறது.
ஒருநாளும் எனக்காக வருந்தாதே,

பனிப்பூ முகத்தாள்,
உன் மீது ஒரு குற்றமுமில்லை.
எல்லாம் என்னாலானது.
நானே உண்டாக்கிய இவ் அன்புதான்
என்னை வீழ்த்தும் கொடும் வாள்.
★

சொற்களால் விளக்க வேண்டிய –
அவசியம் உனக்கில்லை.
நானே அறிவேன்,
இரு கை விரித்து
அணைக்கக் கேட்டபடி
எனக்காகத் ததும்பும்
ஓர் ஆன்மாவை
ஒரு காதலை.
மற்றும்
நீ சொல்ல முடியாமல் விழுங்கிய
ஒரு miss you-வையும்.
★

உள்ளார்ந்த ஒரு சிறிய கரிசனத்தில்
முகிழ்ந்து விடுகின்ற
இவ் எளிய காதலுக்குத்தான்
பகீரதப் பிரயத்தனங்கள்
நிகழ்த்திக் கொண்டிருக்கிறாய் நீ.
★

கார்த்திக் (யாத்திரி)

மனிதர்கள் மாறிவிடுவார்கள்
எல்லோரும் ஒருநாள் விட்டுப் போய்விடுவார்கள்
எல்லாம் ஒருநாள் தலைகீழாகிவிடும்
என்று
பொதுவாகச் சொல்லிக் கொண்டிருந்தாய்.
அதன்வழி
"ஒருபோதும் என்னை விட்டுவிடாதே"
எனும்
உயிரின் கேவல் கேட்டது.
★

கொஞ்சம் அன்பைத் தா என்று
கேட்டு நிற்க முடியவில்லை
"விட்டுப் போகாதே" எனச் சொல்ல முடியவில்லை.

எப்போதும் உன்னிடம் பலவீனமாக இருந்த நான்,
நீ விலகும்போது மட்டும்
ஸ்திரமாகக் காட்டிக் கொள்கிறேன்

தன்மானம் மிக்க ஓர் ஆன்மா
யாருக்கும் தெரியாமல் அழுதுகொள்வதே விதி.
★

உன்னை விட்டு
ஒருபோதும் நீங்க மாட்டேன்
எனும் வாக்குறுதி

வருந்தாதே இனி உன்னிடம்
எப்போதும் திரும்பமாட்டேன்
எனும் வாக்குறுதி

இரண்டையும் என்னை வைத்தே
சொல்ல வைத்த இக்காலத்தைக்
கைகூப்பி வணங்குகிறேன்.

போதும் விட்டு விடு காலமே.
ஒப்புக்கொள்கிறேன் –
உன்னைக் காட்டிலும்
மாபெரும் சக்தி எதுவுமில்லை
★

எவரும் குறிப்பிடாமல்
எந்தச் செயலியும் அறிவுறுத்தாமல்
அவ்வொரு நாளினை
நினைவில் நிறுத்திச்
சொல்ல முடிந்தால் மட்டுமே
அஃது பிறந்தநாள் வாழ்த்து
அல்லேல்
வெற்றுச் சம்பிரதாயம்.
★

கார்த்திக் (யாத்திரி)

உன்னிடம்
இதைக் காதலென்று நான்தான் சொன்னேன்
நீ எனக்குரியவள் என்று நான்தான் கற்பித்தேன்
இருவர் மனமும் ஒன்றென நான்தான் பிதற்றினேன்
நீயே என் ஆன்மப் பிரதி என நான்தான் அரற்றினேன்
எல்லாம் நான் வகுத்தது
எல்லாம் நான் உண்டாக்கியது

கலங்காதே!
பிரிவைச் சொல்ல வந்தவள்
நீ மருகி நிற்பதில்
ஒரு நியாயமும் இல்லை.

நான் காயப்படக் கூடாதென
நீ பேணும் இறுதி மிச்ச அன்பு
என்னை நிலைகுலையச் செய்கிறது.

உனக்கிது வேண்டாம்.
பிறவிதோறும் பின்தொடரப் போகும் பாவத்தை
நானே ஏற்கிறேன்.
உன்னைக் கைவிடுகிறேன்.
திரும்பிப் பாராது செல்.
★

நமக்குள் இந்தக் காதல்
வேண்டாம் என்றுதான்
முடிவெடுத்தோம்.
ஒவ்வொரு நாளும்
பேச்சின் ரசவாதங்கள்
காதலை நோக்கியே இழுத்தன
நெருங்கிக்கொண்டே இருந்தோம்

இந்தக் காதலின் மாயத்தில் இருந்து
தப்பித்து
நாளை இயல்பாகப் பேசிவிடுவோம் என்று
ஒவ்வொரு நாளாகக்
கடத்திக் கொண்டிருந்தோம்.

நாட்கள்தான் கடந்தன
சரி பேசிக்கொள்ள வேண்டாம்
என்று
வலுக்கட்டாயமாக நம்மை நிறுத்திக்கொண்டோம்.
உன்னையே நாடி வரும்
இம்மனத்தைத்தான்
கட்டி வைக்க ஆகவில்லை.

இதுவரைக்கும் எப்படியோ
இவ்வாழ்வில் நீயின்றி இனி
ஒரு நொடியைக் கூட நகர்த்த முடியாது
நீ என்னிடம் வந்துவிடு என்பதைக்
கட்டளையாகச் சொன்னேன்.
மறுபேச்சின்றி வந்துவிட்டாய்.
★

கார்த்திக் (யாத்திரி)

நாம் தெரிந்தே மிக ஆபத்தான கச்சாப்பொருளை உரையாடலுக்குள் இழுத்து வருகிறோம், பிரியம் வைத்திருப்பவர்கள் தொடக்கூடாத இருண்மை அது.

மனிதர்கள் ஏன் ஒரே ஒருவருக்காக உருகிக் கொண்டிருக்கிறார்கள். அது சாத்தியமே இல்லை என்று தெரிந்தும். இன்னொரு காதல் எப்படியும் என்றேனும் வந்துவிடத்தான் செய்யும் அல்லவா! அதனை நாம் முடிவு செய்ய முடியாதுதான். ஆனால் அப்படி ஒரு காதல் வரின் அதனைத் தடை செய்யமுடியாதல்லவா! காலம் முழுக்க ஒருவரையே காதலிப்பேன் என்பதெல்லாம் நடைமுறைக்கு ஒவ்வாததாகத்தான் இருக்கிறது.

"ஆம், மனிதர்கள் அப்படித்தான். ஒரு காதலில் இருந்து இன்னொரு காதலுக்குச் செல்லத்தான் செய்வார்கள். ஆனாலும் இந்தக் கணத்தில் உன்னைக் காதலிக்கிறேன் காலம் முழுக்க உன்னோடு இருக்கப் பிரியப்படுகிறேன் என்கின்ற உணர்வு உண்மைதான். நிச்சயமற்ற ஒன்றை பற்றிக்கொள்ள நினைப்பதின் வழியாகத்தான் ஒரு பிரியம் அதன் தீவிரத்தைக் காட்டும்."

நாம் அந்தத் தீவிரத்தைத்தான் காட்டிக் கொண்டிருக்கிறோமா! இது நிச்சயமற்ற ஒன்றா? இந்தத் தீவிரம் கரைந்து ஒன்றுமே இல்லாமல் போய்விடுமா? உனக்கு இன்னொருத்தி மீது காதல் வருமா? கேள்வியில் இருந்து கட்டளையைப் பிறப்பித்தாய்.
"வரக்கூடாது, வரவே கூடாது, வர விடமாட்டேன். நான் இல்லாமல் போனாலும் நீ இன்னொருத்திக்கிட்ட போகக்கூடாது, சத்தியம் செய். எளிதில் மீறக்கூடிய சத்தியம்தான் ஆனால் மீறாதே! என்னிடம் இதே கேள்வியைக் கேட்காதே, என்னால் உன்னை விட்டுத்தர முடியாது. என்னை நீ பைத்தியக்காரி என்று நினைக்கிறாயா? எனக்கு இந்த யதார்த்தம் வேண்டாம், என்னை உன் கனவுலகத்திற்குள்ளேயே வைத்துக்கொள்."

அன்பின் பாழ்பட்ட மனம் அஞ்சி அஞ்சியே பழக்கப்பட்டது. இந்தக் கண்கள் என்னாலொரு துயரைச் சந்திக்காது. அமைதியாயிரு கண்ணே!
★

நம் பழைய உரையாடல்களை வாசித்துக் கொண்டிருக்கிறேன், உனக்கு அனுப்பிய ஒலிக்குறிப்புகளை கேட்டுக் கொண்டிருக்கிறேன். அது நான்தானா என் குரல்தானா என மீண்டும் மீண்டும் பரிசோதிக்கிறேன். அதொரு சிறுவனின் குரல், அதொரு பதின்மனின் ஆர்வக்குரல், உன்னோடு இருக்கையில் நான் எத்தனை பெரியவன் என்பதை மறந்து போகிறேன், நீ என் வயதை அழித்திருக்கிறாய். அழிய அழிய நானே அறியாமல் எனக்குள் மறைத்து வைத்திருந்த சிறுவனை உன்னிடம் கூட்டி வந்திருக்கிறேன். அல்லது அவனே உன்னிடம் வந்திருக்கிறான். என் அறிவின் உயரத்தில் இருந்து இறங்காமல் இருக்கத்தான் எண்ணி இருந்தேன். எப்போதது தகர்ந்தது என்று தெரியவில்லை.

நிஜமாய் விரும்பவதெல்லாம் என்ன? குழந்தைத்தனம் நீங்கிப் போகாத கண்களோடு, அத்தனை சிறுபிள்ளைத்தனங்களையும் கேள்விகளின்றி ஏற்றுக்கொள்ளும் ஒரு பனித்துளி ஆன்மாவைத்தானே!

நிஜமாய் நாம் அஞ்சுவது எதற்கு? உள்ளில் மறைத்து வைத்திருக்கும் இந்தக் குழந்தைத்தனத்தை யாரும் காயப்படுத்தி விடுவார்கள் என்றுதானே! யாரிடமும் வெளிக்காட்டாத ஒரு பிள்ளைமனத்தை பத்திரமாக வைத்துக்கொள் என்று கைகள் நடுங்க எவரிடம் ஒப்படைக்கிறோமோ, எவர் பத்திரமாகப் பார்த்துக் கொள்கிறாரோ அவர்தானே தேவதை!
அம்மாடி நீதான்டி அது.

எவரும் காணாத என்னை நீதான் கணடாய். என் பிள்ளையை, என் பித்துக்குளித்தனத்தை என் பைத்தியக்காரத்தனங்களை மற்றும் என் காதலை, நான் உன்னிடம்தான் தயக்கமின்றி காண்பித்தேன். இந்த என் காதலில் நான் உன்னை எந்த சங்கடங்களும் இன்றி பார்த்துக்கொள்ள ஆசைப்பட்டேன், ஆனால் பார்! நிஜமாய் நீதான் என்னைப் பார்த்துக் கொள்கிறாய். நீதான் எங்குமே குன்றவிடாமல் என்னைத் தாங்கி இருக்கிறாய்.

நொடிப்பொழுதில் உதிர்ந்து விடக்கூடிய மணல் கோட்டைதான் இந்த மனது, அதற்குள் அநாயசமாக நடனமாடும் வித்தை எங்கு கற்றாய் நீ? என் மனம் கசந்தால் உனக்குத் தெரியும், நான் உன்னைத் தேடினால் நீ அறிந்துகொள்வாய், ஆனாலும் காதலில் இருந்து விலகி நிற்பாய், எத்தனை பூட்டுக்கள் இட்டுக்கொன்டாலும் அன்பினால் மட்டுமே ஆகியவளடி நீ!

என்னிலிருந்து உன்னை உன்னால் ஒளிக்கவே முடியாது. ஏனடி இத்தனை அன்பை அருளிக் கொண்டிருக்கிறாய்! உனக்கென்னடி வேணும்?
இந்தக் காதல் வேண்டாமா? சரி வேண்டாம்! காதலென்ற சொல்லாக இது வேண்டாமா? சரி வேண்டாம். நான் போக வேண்டுமா? போவேன்!
இருக்க வேண்டுமா? இருப்பேன்! உனக்குத் தெரியாதா? நீ எது சொன்னாலும் நான் சம்மதிப்பேன்.
ஏன் ஏன் என்று கேள்விகளால் துளைக்காதே, எனக்குமே தெரியாது, தகதகவென எரிந்து கொண்டிருப்பதெல்லாம் குற்றம் சொல்ல முடியாத ஓர் உணர்வு மட்டும்தான்.
அதில் எரிந்து ஒளியாவேன்.

★

சாளரம் வழி நுழைந்து
வீட்டிற்குள்
நெடுஞ்சாண்கிடையாகக் கிடந்த வெயிலை
ஃப்பூ ஃப்பூ என
ஊதிக் கொண்டிருந்தாள் ஒரு சிறுமி.
என்ன செய்கிறாய்?
"சூடா இருக்கு ஊதி ஊதி ஆத்துறேன். அப்படித்தான் அப்பா காபி குடிப்பார்"
"நீ வெயிலைக் குடிக்கப் போறியா?"
"ம்ஹூம்... வெயிலுக்கு சுடும்ல. அதான்..."
அந்தியில்
வெயில் அவளால்தான் ஆறியிருந்தது.
★

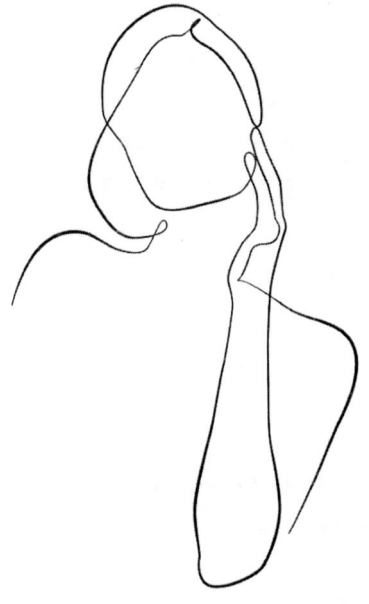

அவள் கூற்று

கார்த்திக் (யாத்திரி)

Deiii thangam...
என்னைக் கொஞ்சம் விலகிப் போகவிடு,
என் வாழ்க்கைக்குள் இருக்காதே,
நான் உன்னைக் காதலிக்கிறேன்,
நீ தொட ஏங்கி செத்துக் கொண்டிருக்கிறேன்.
உன்னைக் கட்டிக்கொள்ளாமல் என் புலன் பறிகொடுத்தாற் போலத்
திணறுகிறேன்,
எனக்கு நீ வேண்டும்
உன் மீது நான் பைத்தியமானால் உன்னால் சமாளிக்க முடியாது
உன்னை முற்றாக அழித்துவிடுவேன்
எனக்கு நீ வேண்டாம்
நான் உன்னைத் தவிர்க்கப் பழகுகிறேன்
டேய், என்னிடமே வந்து விடுகிறாயா?
மாட்டேன் என்று சொல்லேன்.
★

உண்மையைச் சொல்லட்டுமா!
நீ அன்று என்னைத் திரும்பிப் திரும்பிப்
பார்த்துக் கொண்டிருந்தபோது எனக்கு சங்கடமாக இருந்தது,
நான் முகத்தைத் திருப்பவே முயற்சித்தேன்.
உடல் கூசியது.
யார் பார்த்தும் என்னுடல் அப்படிக் கூசியதில்லை.
உன் பார்வை தவறென்று நினைத்தேன்.
அதே கணம் உன் பார்வைக்கு என்னைத் தந்துவிடச் சொல்லி
உள்ளில் கூக்குரல் கேட்டது.
கன்னத்தின் ஓரத்தில் தொடங்கிய ரோமாஞ்சனம்
மேனி முழுவதும் காற்றில் அசையும் நெற்கதிர் போல
அலையலையாய்ப் பரவ மார்பு இறுகிக்கொண்டது.
கால்விரல்களைக் கூட்டி பூமியோடு
அழுத்தமாகப் பற்றிக்கொள்ளத் துடித்தேன்.
இறுதியில் என்னை உன்னிடம் கைவிட்டேன்.
நீ நெற்கதிர்களை நோகாமல் அறுவடை செய்யும் வித்தை
கற்றிருந்தாய்
நெல்மணிகளாகச் சிதறிக் கிடப்பதில் ஆனந்தம்தான். உயிரே!
★

அன்பா,
உன் மனைவியைப் பார்த்தேன்,
நெற்றியில் கருப்பு சிறு வட்டப்பொட்டு
இடதுமூக்கில் வைரமூக்குத்தி
காதில் கம்மல் வளையம்
கழுத்தில் நூல் சங்கிலி
ஆட்காட்டி விரலில் மோதிரம்
காலில் சத்தம் போடாத கொலுசு.
உண்மையைச் சொல்
அவள் மார்புக்கு கீழாக
கண்மை தொட்டு
புள்ளி மச்சத்தையும் வைத்துவிட்டாய்தானே!
★

நீ எனக்கு ஏன் வேண்டாம் என்பதற்குப்
பக்கம் பக்கமாகக் காரணங்கள்
சொல்லிக் கொண்டிருக்கிறேன்
வேலை மெனக்கெட்டுச் சொல்லிய
அதில்தான் இருக்கிறது,
நீ எவ்வளவு வேண்டும் என்பதும்.
★

ஆயிரம் கிலோமீட்டருக்கு அப்பால் இருக்கும் நீ,
இப்பால் இருக்கும் நான்,
தொலைவில் இருந்தபடி நாம் காதலிப்பதாகச் சொல்லிக்
கொண்டிருக்கிறோம்,
ஆம் காதலிக்கிறோம்தான்.
புதிதில் நீ எனக்காக என்னைத் தேடி வந்தாய்,
ஆசையாசையாய் என்னைப் புணர்ந்தாய்.
இந்த உடல் நீ இழுத்த இழுப்பிற்கெல்லாம் வளைந்தது.
இரண்டாவது, மூன்றாவது, நான்காவது, ஐந்தாவது முறை இந்த
உடலும் நானும் முரண்டு செய்யத் தொடங்கினோம்.
ஏதோ ஒன்று பொருந்தவில்லை.
தூரமிருந்து வரும் உன்னைப் புணராமல் திருப்பி அனுப்ப எனக்கு
மனமில்லை, என்னைப் புணராமல் சென்றால் உனக்கும் இது
குறைபட்ட சந்திப்பென ஆகிவிடும்.

நாம் புணர்ந்தே ஆகவேண்டிய கட்டாயத்துக்குள் நம்மை நாமே
செலுத்திக் கொண்டோம் இல்லையா?
அதுதான் எனக்குள் இடறுகிறது,

திஸ் இஸ் ஜஸ்ட் ஃபக்கிங் செக்ஸ். எனக்குத் தெரியும்.
ஆனாலும் சமீபமாக உன் உடலால் நீ சொல்லும் செய்தியை
என்னால் கிரகிக்க முடியவில்லை.
இதைச் சொல்லாது இருந்தால் எனக்குப் பைத்தியம் பிடிக்கிறது.
நானாகச் சொல்லும் வரை நீ என்னைத் தேடி வராதே.
உனக்கு வலிக்கும். எனக்கும்தான்.

இந்தக் காதலுக்கு ஒரு குற்றமும் வராமல்
பாதுகாப்பாக எங்கேனும் இறக்கி வைக்க வேண்டும்.
துணை செய்.
★

நன்றாகவே தெரியும் எனக்கு, நான் செய்தது தவறுதான். நியாயமாக நான்தான் மன்னிப்புக் கேட்க வேண்டும் நான்தான் சமாதானம் செய்யவும் வேண்டும், நேர் எதிராக நீயாக வந்து சமாதானி என்று முகத்தைத் திருப்பிக் கொண்டு இருக்கிறேன், நீயாக வந்து மன்னிப்புக் கேட்கும் வரை இறுக்கத்துடன் இருக்கிறேன். செய்துவிட்ட தவறின் குற்ற உணர்ச்சியில் இருக்கும் என்னை, நீ இன்னும் வெறுக்கவில்லை விரும்பத்தான் செய்கிறாய் என்பதை இந்த மன்னிப்புக் கேட்டல்தான் உறுதிபடுத்துகிறது. நான் உனக்கு வேண்டும் என்பதற்காக என்னை உன்னில் தக்க வைப்பதற்காக செய்யாத பிழைக்கு நீ கேட்கும் இந்த மன்னிப்புதான் உன் காதல் மற்றும் நீயெனக்கு அளித்த மாபெரும் காதல் பரிசு.

நூதனத்தைப் பார்! மன்னிப்புக் கேட்பதின் வழி நீயென்னை மன்னிக்கிறாய்.

மன்னிக்கப்பட்டதன் திருப்தியில் நான் உன்னைத் தடையின்றி காதலிக்கத் தொடங்குகிறேன்.

"don't be sorry, it's okayடா, i love you."

★

டேய்,
அயல்நாட்டு வலைத்தொடர்களைப் பார்ப்பதை நீ கொஞ்சம்
நிறுத்து முதலில்,
அதில்தான் காதலனைப் பிரிந்து தொலைவில் இருக்கும்
பெண் பொருளற்ற காதல் பொருளற்ற காமமென சிறு சிறு
உறவுகளுக்குள் தன்னைப் பொருத்திக் கொள்பவளாக இருப்பாள்,
அவளைத் தூக்கிக் கொண்டு என்னிடம் வராதே! அதொன்றும்
தவறில்லை என்று எனக்கே பாடம் எடுக்காதே! ஒருத்தியை
எல்லாப் பெண்களின் பிரதிநிதியாகப் பார்க்காதே! முட்டாள்.

பெண் என்பதன் சலுகைக்குள் இருக்கிறேன் அன்பா,
உன்னைக் காட்டிலும் எனக்கு இன்னொரு காதலும்
இன்னொரு காமமும் எளிதில் கிட்டிவிடும்.

எனக்குத் தெரியும், ஒரு முத்தம் பகிர்வதற்கு நான் அதிகம்
மெனக்கெட வேண்டாம். நான் புணர அழைத்தால்
எந்த ஆணும் மறுக்கமாட்டான்.

என்னுள் பூக்கும் சகல உணர்வுகளுக்கும் தற்காலிக வடிகால்
தேடிக்கொண்டால் என் வாழ்வில் உன்னை நிரந்தரமாக
நிறுத்தி வைத்திருக்கிறேனே உனக்கென்ன வேலை?
★

last seen – no one
online – no one
read recipient – turn off
எல்லாம் செய்து வைத்திருக்கிறேன்
யாருக்கும் அச்சப்பட்டு அல்ல
யாரையும் ஏமாற்ற அல்ல
உனக்கோர் செய்தியை அனுப்பிவிட்டு
அது நீலக்கலர் ஆகுமா எனக்
காத்திருக்க வேண்டியதில்லை, அதற்காக,
எப்போது கடைசியாக
நீ இங்கு இருந்தாய் என தெரிந்துகொண்டு
அல்லலுற வேண்டாமே அதற்காக
பச்சை விளக்கெரிவதைப் பார்த்தபடி
உன் செய்திக்கு எதிர்பார்த்து
நொந்துகொள்ள வேண்டாமே அதற்காக
ஒரு செயலிக்குள்
என் செயல்பாடுகளை மறைப்பது
நான் ஒளிந்துகொள்ள அல்ல
நீ ஒளிந்துகொள்ள.
நான் அச்சப்படுவது எனக்காக
நான் ஏமாற்றுவதும் என்னைத்தான்.
★

கார்த்திக் (யாத்திரி)

நாம் இருவரும் சேர்ந்து வாழ்ந்தால்
நாம்தான் அதிசிறந்த காதலர்கள்,
உன்னில் நானும்
என்னில் நீயும்
முழுமையடைந்து காணாமல் போவோம்
பூரணத்தில் இருந்து புறப்படும் வெறுமைக்கு –
தீர்வுதான் என்ன!
இது வேண்டாம்
கொஞ்சம் குறைபட்டு
நிறையாத ஒன்றைத்
தேடி ஓடுவதுதான்
இவ்வாழ்வை சுவாரஸ்யம் செய்யும்,
நான் உன்னை இழக்கிறேன்
நீ எல்லா வகையிலும்
சிறந்த காதலன் என்பதற்காக!
நான் உன்னை உடைத்துவிடுவேன்
அதே காரணத்திற்காக.
நான் உன்னிடம் திரும்ப வருவேன்
அதே காரணத்திற்காக.
மீண்டும் மீண்டும் மீண்டும்.
★

நானுனக்குத் தொந்தரவு
நானுனக்கு இடையூறு
நானுனக்கு வீண்சுமை
அப்படியும் என்னை ஏன் பற்றுகிறாய்?
அப்படியென்ன பிரியம் இது?
வேண்டாம்.
இந்த அன்பின் சுமை கனக்கின்றது
விட்டுப் போ என்றே கெஞ்சுகிறேன்.

போ நீ நல்லாயிரு என்பது
வெறும் பிரார்த்தனைகள் மட்டுமல்ல கண்ணா!
போ, நானே உன்னை ஆசிர்வதிக்கிறேன்
போ, நானே உன்னைக் கைவிடுகிறேன்
போ, நானே இப்பாவத்தை ஏற்கிறேன்

அதே நான்தான்
போய்விடுவாயோ என்றும் பயந்து
அழுதுகொண்டும் இருக்கிறேன்.
நானே உன் சாபமும் கூட
i am sorry. கட்டிக்கொள். i love you.
★

கார்த்திக் (யாத்திரி)

டேய்,
நீ உன் தோழியைப் புணர்ந்து இருந்தால் கூட நான் எளிதில் அதனைக் கடந்து வந்திருப்பேன், இத்தனை தூரம் மனம் வாடிப் போயிருக்க மாட்டேன். அவளும் நீயும் பேசிக் கொண்டிருக்கையில் உங்கள் இருவர் முகமும் ஆர்வமிகுதியில் எத்தனை மலர்ந்திருக்கிறது தெரியுமா? ஆசையாசையாகப் பேசுதல். அதுதான் உங்களுக்குள் நிகழ்கிறது. இந்தப் பேச்சுக்கள் எங்கும் கலங்கப்படவே செய்யாதுதானே! இந்த ஈர்ப்பு ஒருபோதும் உங்களுக்குள் அற்றுப் போகவே செய்யாதுதானே!

காதலென்றோ காமமென்றோ அடையாளம் கொள்ளாத உங்கள் உறவின் சுதந்திரம் எதனாலும் பாதிக்கப்படாதவை, எனக்குத் தெரியாத ரகசியங்கள் எல்லாம் அவளுக்குத் தெரியும் இல்லையா! என்னிடம் பகிர முடியாத எல்லாவற்றையும் அவளிடம் உன்னால் தடையின்றி சொல்ல முடியும் அல்லவா!

நாம் காதலித்தே இருக்கக் கூடாது,
நான் ஏன் அவளாக இல்லாமல் போனேன் என வருந்துகிறேன்,
அவளை மையப்படுத்தி ஒரு சண்டைக்கு ஆயத்தமாகிறேன்.

நீ ஏன் என்னைத் தீர்த்தாய்,
அவளைப் போல என்னையும் தீராமல் வைத்துக்கொள்ள வேண்டியதுதானே!
முட்டாள்.
★

தினமும் என்னிடம் பேசாதே
தினமும் எனக்குச் செய்தி அனுப்பாதே
ஏதேனுமொரு வகையில்
தினமும் என்னிடம் தொடர்பில் இருக்காதே
அதற்கென்னைப் பழக்காதே

எளிதில் எனக்கு
அன்றாடங்களில் நீயொரு
அங்கமாகி விடுவாய்.
நீ இதனையெல்லாம் நிறுத்திக்கொள்ளும் நாளில்
என்னிலிருந்து நான் எதையோ இழக்கிறேன்.
வழமைகள் தடைபட்ட பதைப்பில்
யார் யாரின் எண்களையோ
துழாவிக் கொண்டிருக்கிறேன்.
சும்மா அழைத்துப் பேச
எனக்கு நீதான் இருந்தாய்
நீ மட்டும்தான் இருந்தாய் என்பது
அப்போதுதான் புத்திக்கு உறைக்கிறது.
அழத் தொடங்குகிறேன்.

இப்போது
உன் அழைப்பை நிராகரிக்கிறேன்.
எளிதில் உடையும் என்னை
எதற்கும் பழக்காதே!
★

கார்த்திக் (யாத்திரி)

உனக்குத் தெரியாது நண்பா.

விவாகரத்தில் நச்சு உறவில் இருந்து வெளியேறிவிட்டேன்தான், விடுதலைதான். சுதந்திரம்தான். ஆனாலும் என் துயரம் வேறு. எதுவும் அறியாதொரு வயதில் காதல். உள்ளம், உடல் என ஒவ்வொன்றாகப் பகிர்தல், நிஜமாக எனக்கு காதலைப் பற்றியோ காமத்தைப் பற்றியோ எதுவும் தெரியாது, இருவரும் இணைந்து கற்றோம். இனி வாழ்நாளுக்கெல்லாம் அவன் கரம்தான் என்ற நம்பிக்கையில் இந்த இளமையை தின்னக் கொடுத்தேன். பிள்ளைகள் பிறந்து அவற்றை வளர்த்து ஆளாக்கும் பொறுப்பில் நான் கொஞ்சம் நைந்துதான் போனேன். எல்லா முறையும் காமத்தில் உச்சம் நிகழாதெனத் தெரிந்தபோதும் பெண் ஏன் இசைகிறாள் தெரியுமா? அஃதோர் உத்திரவாதம். காமம் குறையக் குறைய பதற்றம் தொற்றிக்கொள்கிறது. ஆர்வம் விட்டுப்போய்விடும் அபாயம் ஒலிக்கிறது. பொறுத்துப் பொறுத்து உறவு கசக்கிறது, தொட்டதெற்கெல்லாம் குற்றம் வருகிறது, பரஸ்பர குறைகள் மட்டுமே பகிரப்படுகின்றது, இருவரும் இணைந்து இருக்கும்போது போர்மூழும் சூழலின் வெம்மை தாக்குகிறது, சொற்களால் அடித்துக் கொள்கிறோம். சமாதானமற்ற சண்டைகள். அவனுக்கு நான் விஷம், எனக்கு அவன் விஷம், பழைய காதல் எங்கே? பழைய கருணை எங்கே? பழைய காமம் எங்கே? பழைய என்னை எங்கே? பிரிந்து போ பிரிந்து போ பிரிந்து போ என மண்டைக்குள் கதறும் குரலுக்கு செவிசாய்த்து இதோ இன்று விவாகரத்து. பதினைந்து வருடத்திய உறவு. இளமையின் வசீகரம் தொட்டு கட்டிக் காப்பாற்றிய காதலுக்கே இதுதான் நிலைமை, தவறான தேர்வென சமாதானம் கொள்ளலாம். இப்போதாவது புத்தி வந்ததென மெச்சிக் கொள்ளலாம், அதன்றி இனி என்னில் எதுவும் மிச்சமில்லை, பால்

ஈந்து சரிந்த முலையை, பிரசவச் சுருக்க வயிற்றை காதலோடு தொடும் கரங்களுக்குக் காத்திருந்தது போதும். மனம் குன்றி சில நாட்கள் உடற்பயிற்சி கூடமே கதியென கிடந்தது போதும். இனியொரு புதுக்காதல் புதுவெட்கம் புதுப்புணர்வுக்கெல்லாம் மனமும் உடலும் தயாருமில்லை. அன்பு, ஆதரவு, காதல், காமம் எல்லாம் தோற்று இறுதித் தேவை நிம்மதியாகத்தான் இருக்கிறது. அதனை ஆண்களால் தர முடியாது என்பதைத் தெரிந்துகொள்ளக் கொடுத்த விலை கொஞ்சமே அதிகம்.

★

எனக்கென்று வரும் காதலன்,
எப்படியெல்லாம் இருக்க வேண்டுமென்று
எந்தெந்த தருணத்தில் என் உடன் நிற்கவேண்டுமென்று
என் பார்வையை எவ்வாறு புரிந்துகொள்வதென்று
எனக்கு முக்கியத்துவம் தருவது எப்படியென்று
உன்னிடம் பட்டியலிட்டுக் கொண்டிருக்கிறேன்.
எல்லாமே நான் உன்னிடம் எதிர்பார்த்து
பெற முடியாமல் போனவை!

★

நேரம் யாருக்காகவும் காத்திருக்காது, நேரம் யாருக்கும் தானாகக் கிடைக்காது, நேரத்தை நாம் யாருக்காக ஒதுக்குகிறோம் யாருக்காக ஏற்படுத்திக் கொள்கிறோம் என்பதில்தான் எல்லாமுமே இருக்கிறது.

ஆனால்,

தொடர்ச்சியாக நீ எனக்கே நேரம் ஒதுக்கிக் கொண்டிருந்தால் உன் முக்கியத்துவத்தை எதிர்கொள்ள முடியாமல் உன்னைத் தவிர்க்கப் பார்ப்பேன்.

அப்படியல்லாமல் ஆனதெனின்,

முன்பொரு நாள் நீ ஒதுக்கிய நேரத்தை இன்றெனக்கு வழங்காமல் போனால், வேறு யாருக்கு அது வழங்கப்படுமோவென மனம்அரித்து மீண்டும் மீண்டும் உன் முக்கியத்துவதிற்காக முறையிட்டுக் கொண்டிருப்பேன்.

உன்னிடமிருந்து எனக்கு என்ன வேண்டுமென்பதில் எனக்கே தெளிவில்லை. எல்லாவற்றையும் எனக்காக உதறிவிட்டு வரத் தயாராக இரு, ஆனால் வராதே! எனக்கு உன் தயார்நிலைதான் வேண்டும் அதிலிருக்கும் காதல்தான் வேண்டும். என்னிடமே வந்துவிடவேண்டுமென எண்ணி வரமுடியாமல் போனதற்காக வருந்தும் உன்னை வெறுத்து வெறுத்து காதலிக்கப் பிடிக்கிறது ஐ லவ் யூ.

உன்னை வெறுப்பேன்

அல்லது

உன்னை விரும்புவேன்

உன்னிலிருந்து தப்பிச் செல்லத்தான் ஆகவில்லை

ஃபக் யூ இடியட்.

★

இது பிறழ்தான் ஒப்புக்கொள்கிறேன்,
இது முறையல்லதான் ஒப்புக்கொள்கிறேன்,
ஆனாலும் இது காதல்
அதனையும் ஒப்புக்கொள்கிறேன்.
நீ இன்னொரு பெண்ணின் மீதும்
மையல் கொள்ளும்போது
அதனைக் கேள்விகேட்கும்
உரிமை எனக்கில்லை எனும்
நிஜத்தின் சவுக்கடிகளால்தான்
நான் வீழ்ந்தேன்.
உனக்கு வாய்புகள் குறைவு
கிடைத்ததை எல்லாம் எடுத்துக் கொள்கிறாய்,
எனக்கு தெரிவுகள் அதிகம்
நான் உன்னைத் தேர்ந்தேன்
யாரைத் தேர்ந்தாலும்
இப்படிதான் ஆகும் எனப் புரிவதற்கு
செலவாகியது ஓர் ஆயுள்.

★

முடிவுரை

நாங்கள் சொல்லாமலே எல்லாவற்றையும் புரிந்துகொள்வோம், சொற்கள் எங்களுக்குள் முக்கியமில்லை, அத்தனை காதல் இருக்கின்றது, அத்தனை புரிதல் இருக்கின்றது என்று யார் சொன்னாலும் அது பொய். அப்படிச் சொல்லியவர்களால் நீண்ட காலம் இணைந்திருக்கவும் முடியாது. அப்படி இணைந்திருந்தாலும் அது ஒரு சம்பிராதாயமாகவே இருக்கும். எங்களுக்குள் இனி பேசிக்கொள்ள ஏதுமில்லை என்பதைத்தான் நூதனமாக சொல்லாமல் புரிந்துகொள்வோம் என்று காதலின் மேன்மையாக முன்வைக்கிறார்கள். முன்வைத்து பேசிக்கொள்ளாததின் மனக்கேள்விகளில் இருந்து விடுபட முயற்சிக்கிறார்கள்.

இதற்குப் பின் சில காலத்தில், 'நான் விரும்பியதை எல்லாம் இதற்கு முன் நான் சொல்லாமலே அறிந்து நிறைவேற்றிய நீ, இன்று அப்படியில்லை, என் மனதைப் புரிந்து நடந்துகொள்ளும் நீ இன்றில்லை, ஏன் மொத்தமாக மாறி விட்டிருக்கிறாய்? உனக்கும் எனக்கும் இடையில் இருந்த அந்த அலைவரிசை இன்று எங்கு போனது? பேசாமல் புரிந்துகொள்கிறோம் என்று தம்பட்டம் அடித்தோமே அதெல்லாம் ஏன் இப்படி ஒரு நிலையில் கொண்டு வந்து நிறுத்தியது?' என்ற கேள்விகள் உண்டாகும். நிஜம் என்னவெனில் யாரும் யாரையும் முழுமுற்றாக புரிந்துகொள்வதில்லை, சொல்லாமல் யாரும் அவர்கள் விருப்பங்களை எல்லாம் நிறைவேற்றுவதில்லை, எதை நிறைவேற்றினாலும் அதனை அவர்கள் ஏற்கனவே நம்மிடம் தெரிவித்து இருப்பார்கள். இது பிடிக்கும், இது பிடிக்காது, இது வேண்டும், இது வேண்டாம் என எல்லாம் சொல்லி இருப்பார்கள் அதற்குத் தகுந்தாற் போல நம் மனம் செயல்பட ஆரம்பிக்கிறது அது ஒருவரையொருவர் புரிந்துகொண்டதான தோற்றத்தைத் தந்துவிடுகிறது. இந்தப் புரிதலுக்கு முழுமுதற் காரணம் என்ன தெரியுமா? உரையாடல்!

இருவரும் சேர்ந்து நிகழ்த்தும் பொருளற்ற உரையாடல். அதன் வழி எனக்கு என்ன வேண்டும் என்பதை நான் எப்படியும் ஏதேனும் ஒரு வகையில் சொல்லிவிடுவேன், உனக்கு என்ன வேண்டுமோ அதையும் சொல்லிவிடுவாய், ஏனெனில் நமக்குப் பேசிக்கொள்ள நாம்தான் கருப்பொருள். கதை, கலை, சினிமா, ஊர்புரணி, என உலக விஷயங்களை பேசிவிட்டு காமம் தொட்டு கடைசியில் நாம் நம்மைப் பற்றித்தான் பேசிக் கொண்டிருப்போம், பேசிப் பேசி நான் என்னைச் சொல்கிறேன். நீ உன்னைச் சொல்கிறாய், அது ஒரு குறிப்பென என் மனதில் பதிந்து என் காதல் அந்தக் குறிப்பிற்கு இசைந்து, உன் மனமும் அது போல இசைந்து நமக்குள் ஒரு அலைவரிசை ஓடத் தொடங்குகிறது. இந்த அலைவரிசையைத்தான் நாம் சொற்களின்றி புரிந்துகொள்ளப்படுதல் என்று அடையாளப்படுத்தி வைத்திருக்கிறோம். உரையாடலினால்தான் இந்த அலைவரிசையே உண்டானது என்பதை மறந்துவிடுகிறோம்.

என்றைக்கு நமக்குள் இந்த உரையாடல் தடைபட்டு, தடைபட்டுப் போனதை மறைக்க பேசிக்கொள்ளாமல் எல்லாவற்றையும் புரிந்துகொள்வோம் என்று தம்பட்டம் அடிக்கிறோமோ, அன்றிலிருந்து நமக்குள் முரண்கள் தொடங்குகின்றன.

முந்தைய உன்னை எனக்குத் தெரியும் என்ற மிதப்பில் இன்றைக்கு நீ என்னவாக இருக்கிறாய் என்பதை அறிவதற்கு மறந்துவிடுகிறேன், நீயும் மறந்துவிடுகிறாய்.

அறிவதற்கு நாம் பேசிக் கொள்வது ஒன்றே தீர்வு. அதன் வழி மட்டுமே நமக்குள் ஓடும் அலைவரிசையை உயிர்ப்போடு வைத்திருக்க முடியும். காதலில் நிலைத்திருக்க, எல்லாக் காலங்களிலும் ஒருவரையொருவர் புரிந்துகொள்ள பேசிக் கொண்டே இருத்தல் அவசியம். பொருளற்ற உரையாடல் அவசியம்.

★

நிறைவு